D9900337

తెలంగాణ సాహిత్య అకాడమీ
నవలా రచన పోటీలో బహుమతి పొందిన నవల

భూదేవి

(ఓపెన్ కాస్ట్ భూ నిర్వాసితుల పోరాట గాథ)

పి. చంద్

ఎడిటర్: అరుణాంక్ లత

ఛాయ
హైదరాబాద్

BHUDEVI

Novel

Author: P CHAND
©Author
Editor: Arunank Latha

First Edition: DECEMBER, 2022
Copies: 500

Published By:
Chaaya Resources Centre
103, Haritha Apartments,
A-3, Madhuranagar,
HYDERABAD-500038
Ph: (040)-23742711
Mobile: +91-70931 65151
email: chaayaresourcescenter@gmail.com

Publication No.: CRC- 79

ISBN No. : 978-93-92968-39-6

Book Layout:
Daccan Studios
Hyderabad. Cell : 9100643281

Cover Design:
Arunank Latha

For Copies:
All leading Book Shops
https:/amzn.to/3xPaeId
bit.ly/chaayabooks

ఇంకా నడుస్తున్న అసంఖ్యాక భూదేవిల కథ

ఇది కేవలం భూదేవి కథ కాదు. భూదేవి ఊరి కథ కాదు. మత్తుకు బానిసైన రాజీరు, ఉరిపోసుకున్న కాపు రాజయ్య, పిచ్చోడై గోదావరిఖని బస్టాండ్ దగ్గర బిచ్చమెత్తుకుంటున్న సాయిలు. తమ హక్కుల కోసం పోరాడట నేరమై ప్రభుత్వ కుట్ర కేసులో జైల్లో ఉన్న వెంకటేశం, మల్లేశంల కథ కూడా. బుక్కెడు బువ్వ పెట్టె భూమి కోసం ప్రపంచవ్యాప్తంగా జరుగుతున్న కథ. మా కాళ్ళ కింద సంపద కోసం మా నేల నుండి మమ్మల్ని బేదఖల్ చేస్తారా? అని అంతటా అడుగుతున్న ప్రశ్న. అవతార్ లై తెరకెక్కిన కథ. ఇప్పుడు అఖండలై సీటీలు కొట్టిస్తున్న కథ.

ఇప్పుడు మంగలిపల్లె లేదు. మారేడువాక ఎప్పుడో న్యూ మారేడువాక అయింది. ఇప్పుడు మళ్ళీ న్యూ మారేడువాక కూడా విస్తాపితం కానున్నది. ఈ పేర్లన్నీ, మనుషులందరూ సర్వానామాలే. కంపిని విస్తరణలో అనేక ఊర్లు మాయమయ్యాయి. ఇందులో పేర్కొన్న గోదావరిఖని పట్టణం నేను పుట్టి పెరిగిన ఊరు. రాబోయే 'రామగుండం మహా ఓపెన్ కాస్ట్' కింద మా ఊరూ మంగలి పల్లెలాగ మాయమవ్వచ్చు.

బొగ్గు బావులు నేల బోయ్యారాలుగా ఉండేవి. ఇప్పుడూ ఉన్నాయి. కాని, పెట్టుబడికి అధిక దిగుబడి కావాలి. మిగులు కావాలి. దానికి ప్రజా శ్రేయస్సు, అభివృద్ధి అనే అందమైన ముసుగు అర్థాలున్నాయి.

ఒక ఊరును చీకట్లో ముంచి, ఇంకో ఊరుకు వెలుగిస్తాం అనే అభివృద్ధి ఏం అభివృద్ధి. ఓపెన్ కాస్ట్ తవ్వడానికి ఒక ఊరు, తవ్విన మట్టి ఎత్తి పోయడానికి ఇంకో ఊరు ఎందుకు బలి కావాలి? దీనికి ప్రత్యామ్నాయం లేదా? ఎందుకు లేదు. ఇదే నవలలో అన్నట్లు 'కింద ఇంక్లైన్ మైన్ తవ్వుకుంటూ ఉంటే పైన పొలాలు వేసుకునే వాళ్ళం. ఏమంటా ఓసీపీలు వచ్చినాయో నేలంతా తలకిందులైంది.' భూమిని పొరలు పొరలుగా చీలుస్తూ మట్టిని తీసి ఇంకో దగ్గర పొరలు పొరలుగా కుప్పపోస్తే ఆ నేల మీద ఓ చెట్టు మొదలవడానికి ఎంత కాలం పడుతుంది? ఈ విషయం సింగరేణికో, ప్రభుత్వానికో తెలియదా? 'తెలంగాణ వచ్చినంక కుర్చీ వేసుకుని ఓపెన్ కాస్ట్‌ని ఆపుతా' అని చెప్పిన వాళ్ళే ఇప్పుడు అధికారంలో ఉన్నారు. ఓపెన్ కాస్ట్ ఆపడం సంగతి అటుపోయి ఇప్పుడు మెగా ఓపెన్ కాస్ట్ వచ్చింది.

భూమిని నమ్ముకున్న వాళ్ళెవరు. భూమిని అమ్ముకునే వాళ్ళెవరు. మనం చూస్తూనే ఉన్నాం. ఇందులోని పాత్రలు కేవలం నవల కోసం సృష్టించినవి కావు. వీళ్ళంతా కళ్ళముందు తిరగాడిన, పోరాడిన, మాయమైన రక్త మాంసాలున్న మనుషులు. మన్ను బుక్కి మన్ను ఏర్గిన మట్టి మనుషులు. ఈ భూదేవి. కళ్ళముందు కదలాడుతున్న విధ్వంసం, ధ్వంసమైన స్వప్నం. మనం చూడ నిరాకరించిన జీవితం. మన నెత్తి మీద బల్బ్ వెలగడానికీ, గదుల్లో ఏసీ రావడానికి అవసరమయ్యే బొగ్గు కోసం బుగ్గి పాలైన, విస్థాపితులైన ఊర్ల గోస.

ఈ నవలకి ఇలా తప్పా ఇంకోలా ముగింపు ఇవ్వడం సాధ్యం కాదు. సంధి కాలంలో బలవన్మరణాల గురించి సామాజిక శాస్త్రాల్లో పెద్ద చర్చే జరిగింది. తెలంగాణ ఉద్యమ కాలంలోనూ జరిగింది. భూదేవి అభివృద్ధి మింగిన ఊరును, బతుకును, చరిత్రను ఇప్పుడు మళ్ళీ చర్చకు పెడుతుంది. ఆ చర్చలోకి మీకు స్వాగతం.

- అరుణాంక్ లత

ప్రపంచ మానవ హక్కుల దినం, 2022

* * *

భూదేవి బిడ్డల వలపోత మాది

ఇది కథ కాబట్టి భూదేవి చావుతో ఇంకొంత ఆశ మిగిలే ఉంది. పెద్దంపేట గ్రామస్తుల డిమాండ్లు తీరాతాయేమోనన్న ఆశ అది. కానీ నిజం మాత్రం అలా కొనసాగింది మా ఊరినీ, మా ఊరి చెరువునీ మింగింది, కట్టమీది మైసమ్మా, గట్టుమీది అంజన్నా కూడా తమ గుళ్లని కూల్చుతుంటే నిస్సహాయంగా చూస్తూ ఉండిపోయారు. ఇప్పుడు పెద్దంపేట గ్రామపంచాయితీలోని మంగలిపల్లె అనే గ్రామం కనపడదు. ఆ ఊరు మైదానం అయింది, రేపు అక్కడ లోయ ఏర్పడబోతుంది. ఆ ఊరి నిర్వాసితులైన మా బతుకుల్లాగే భూమిని కూడా తవ్విపోస్తారు, మా జీవితాలని పీల్చినట్టే అక్కడ బొగ్గును ఎత్తుకుపోతారు.

మంచినీళ్ళకోసం అక్క రెండు కిలోమీటర్లు నడిచి నీళ్లు మోసుకొచ్చేది, ఆ తర్వాత సైకిల్ క్యారియర్‌కి రెండుపక్కలా రెండు ప్లాస్టిక్ క్యాన్లు కట్టుకుని నీళ్ళు తెచ్చినం. 11ఏ మైన్ గోడలల్లనుంచి సంచుల్లో బొగ్గు ఏరేదానికి పోయినం. ఆ బంకర్ల మీదకి ఎక్కినం. ఇంతపెద్ద బొగ్గుబాయి మా ఊరు పక్కనే ఉన్నదని గర్వంగా చెప్పుకున్నం. ఇప్పుడు అదే బొగ్గుబాయి పెద్దనోరు తెరిచి ఓపెన్ కాస్ట్ అయి మా ఊరినీ, మా జీవితాలనీ మింగేస్తే నిర్వాసిత జీవితాలమీద ఒకనాటి గాయాల గతాన్ని మోస్తున్నం. వాళ్ళ కోడిలెక్కల నష్టపరిహారాలతో బాగుపడ్డ వాళ్ళెవరూ లేరు. ఉన్న కాస్త భూమి, ఇళ్ళూ పోగొట్టుకొని ఎక్కడెక్కడో చేరిన

నాలాంటి సింగరేణి మింగిన బతుకు గోసలని యుద్ధానంతర విషాద గీతాలుగా పాడుకుంటూ బతుకుతున్నాం.

సింగరేణి బంగారు భూమిలో బంగారాన్ని దాచుకున్నదెవరు. అక్కడ సింగరేణి కార్మికుల మీద ఆధారపడ్డ నాన్ సింగరేణి ఉద్యోగులైన ఎంతోమంది జీవితాలని దోచుకుందెవరు? సమాధానం తెలిసీ ఎవ్వరూ నోరెత్తని ప్రశ్నలు. ఊరు లేశిపోతదట అనుకున్న చిన్నతనపు కాలం నుంచీ "నీయవ్వ పోతే పోనీయ్ ఆ పైసలిచ్చినా కథ ఖతమైతది. ఆ మొరం కుప్పల నడుమ ఏం బతుకుతం చలో..." అనుకుంటా గోదావరిఖని, కరీంనగర్, హైద్రాబాద్, దుబాయ్ అనుకుంటా వెదజల్లబడ్డ బతుకులు మావి. జల్లారం చెరువుల బతుకమ్మలు ఏసి, చెరువు కట్ట ఈతవనాల్లో ఈతపండ్లు తెచ్చుకుని, చెప్పుల్లేని కాళ్ళతో సర్కార్ బడికి వెళ్ళిన మా బాల్యం ఇప్పుడు కనీసం నోస్టాల్జియాగా కూడా మిగల్లేదు. ఇప్పుడు మా ఊరు ఒక ఊహ. ఒక కరిగిపోయిన కల. కాలిపోయిన బొగ్గుకుప్ప.

సాయిలు అనుకున్నట్టే ఈ మనుషులంతా ఎల్లిపోతే ఈ దేవుని సంగతేందీ అనుకున్న మనుషుల్ల నేనూ ఉన్న. ఎల్ల గౌడూ, రాజ గౌడూ, భూదేవీ ఇట్లా ఎందరెందరు మనుషులు మా కండ్ల ముందట్నే నిస్సహాయంగా మాయమైపోయిండ్లో? బంకర్ ట్యాంకుల ఈత కొట్టబోయి చనిపోయిన సాకలి ఎంకటేషు, ఏ ఉపాధీ కనిపించక, ఒట్టిబోయిన ఊళ్ళో మొండిగోడల మధ్య ఈ మధ్యనే ఉరేసుకుని సచ్చిపోయిన శాల నరేందర్ గాడూ యాదికచ్చిన్లు. ఎందరు రాజీర్లూ, మరెందరు రాజేషాలో కండ్లముందట కదులుతున్నరు.

ఆరేండ్ల కిందట భూదేవి ఎక్కినట్టే మాఊరి ఆడబిడ్డలూ నీళ్ల ట్యాంకి ఎక్కిండ్లు, మీడియా, పోలీసులూ, అధికారులూ వాళ్ళని నమ్మించి అప్పటికి బతికించిండ్లు. కాని ఇప్పుడు అక్కడ ఆగమైన బతుకులెన్నో ఎవ్వరికీ తెల్వదు. అభివృద్ధి... అభివృద్ధి... ఎవ్వడి అభివృద్ధి? ఎవడికోసం అభివృద్ధి? ఎప్పటికీ అర్థం కాని భేతాళ ప్రశ్న ఇది.

భూదేవి కేవలం ఒక కథ కాదు, ఆ కథలో ఒక పాత్ర అంతకన్నా కాదు. ఈ భూదేవి మా చరిత్ర, అభివృద్ధి అనబడు విధ్వంసం కింద నలిగిపోయిన మా జ్ఞాపకాల, మా జీవితాల కథ. మమ్మల్ని కాపాడిన మా ఊరిని మేము రక్షించుకోలేక, జల్లారం చెరువు మాయమైపోతుంటే ఏమీ చేయలేక, ఈ ప్రభుత్వాలను ఎదిరించనూ లేక, వాళ్ళు విదిలించిన నాలుగు రాళ్ళను తీసుకొని నిస్సహాయంగా విస్థాపితులమై,

మాకంటూ కనీస చరిత్ర లేని వాళ్ళుగా మిగిలిపోయిన పెద్దంపేట (మంగలిపల్లె) గ్రామ వాసిగా ఎక్కడెక్కడో వెదజల్లబడ్డ నాలాంటి దౌర్భాగ్య పౌరుల కన్నీటి చుక్క ఈ పుస్తకం.

పోరాటాలు, పోరాటాల చరిత్రలే మాయమైపోతున్న చోట. మాయమైపోయిన ఊళ్ళ గురించిన ఇలాంటి నవల ఒక అవసరం అనిపించింది. ఇప్పుడు ఇలాంటి ఒక నవల రాకపోతే, మాకంటూ ఒక ఊరు, జీవితమూ ఉండేదని కూడా రాబోయే కాలం మర్చిపోతుందేమో అనుకున్న సమయాన... భూదేవి ఒక ఓదార్పు.

- నరేష్కుమార్ సూఫీ

* * *

1

"ఏయ్ జీబులోస్తున్నాయ్ జీబులు" అంటూ బోత్తోడు రెండు చేతులతో చప్పట్లు చరుస్తు అడ్డందిడ్డంగా ఎగురుతూ సంతోషంగా అరవసాగిండు.

మల్లవ్వ కొడుకు బోత్తోడు. పదిహేను పదహారు సంవత్సరాలుంటాయి. కానీ మానసికంగా ఎదగలేదు. ఎవరేమన్నా మొఖాన్ని వంకర్లు తిప్పుకుంటూ ఓ పిచ్చి నవ్వు నవ్వుతడు. వాని కాళ్ళు చేతులు సన్నగా ఉండి వేసుకున్న అంగి సరిపోక బయటికి కనిపించే బొత్తతోని ఎక్కడ చూసినా వాడే అన్నట్టుగా ఓ యాల్లపాల్ల లేకుండా ఊరంతా కలియ తిరుగుతుంటడు.

"ఏం జీబులు ఎక్కడివి" రామలింగు తాత బోత్తోన్ని చూసి అడిగిండు. రామలింగు తాతకు దూరపు చూపు ఆనదు. చెవులు సరిగా వినపడవు.

"అగ్గో అగ్గో" అంటూ బోత్తోడు అటువైపు చూయించిండు.

రామలింగు తాత నొసలుకు చెయ్యి అడ్డం పెట్టుకొని పరకాయించి దూరంగా చూసిండు. మసక మసగ్గా చింత బోరునుండి చెరువు కట్టమీదినుండి ఏవో వాహనాలు వస్తున్నట్టుగా లీలగా కన్పించింది.

'నిజమే ఏవో వాహనాలు వస్తున్నాయి' తనలోతానే "మళ్ళేమి ముంచుకొచ్చిందో" గుణక్కుంటూ

ఇటు తిర్గిచూసేసరికి శాలోల్ల సాయన్న కన్పించిండు. "పొద్దగాల్నె ఎటు బయలుదేరినవు" అంటూ మాట కలిపిండు.

"పట్నం పోయి మాలు తెస్తామని బయలుదేరినా" అంటూ సాయన్న బదులు ఇచ్చిండు. చెరువు

గట్టుమీది నుండి ఊరి దారిపట్టిన వాహనాల కేసి చూసి మళ్లేదో ముంచుకొచ్చినట్లుంది" అన్నాడు.

"ఎవరు కావచ్చు" రామలింగు తాత వాహనాలు వస్తున్న దిక్కే చూస్తూ అన్నడు.

"ఊళ్ళోకి జీబులు వస్తాయంటే అయితే పోలీసోల్ల జీబన్నా కావాలి. లేకుంటే ఎక్స్‌యిజ్ వాళ్ళ జీబన్నా కావాలి". అన్నాడు సాయిలు నమ్మకంగా..

"అంతేనంటావా!" రామలింగు తాత నోరెల్ల బెట్టిండు.

పెద్దంపేట ఊరు చుట్టూరా బొగ్గు బాయిలు వచ్చినయి. బొగ్గుబాయిలు వచ్చినంక ఊరు స్వరూపం మారిపోయింది. ఊళ్లోని కొద్దిమంది బొగ్గు బాయిల్ల పనులు దొరక పట్టుకొన్నరు.

ఊరిలో చాలామంది ఇంకా వ్యవసాయం మీదే ఆధారపడి బతుకుతాండ్లు. ఊరు ఉంది కాబట్టి ఊరిని అంటిపెట్టుకొని సబ్బన్న వర్ణాలు బతుకుతానయి.

పెద్దంపేట పెద్ద చెఱువు కట్టదిగి రాలచెట్టు పక్కనుండి జీబులు వచ్చి ఊరి చివరున్న సర్కారు బడి గ్రౌండులో ఆగినవి.

అంతవరదాక గోలగోలగా అరుస్తున్న బళ్ళోని పిల్లగాండ్లు, పంతుల్లు బీరిపోయి అటువైపు చూడ సాగిండు.

రెండు జీబుల్లో వచ్చిన కంపిని అధికారులు మెల్లగా జీబులు దిగిండ్లు.

కంపిని అధికారులు వచ్చిండ్లు అనేసరికి ఊళ్ళోని జనం పోగయిండ్లు.

వచ్చిన వారిలో అందరికంటే పెద్దవాడైన ఓ అధికారి జనాన్ని పరికించి చూసి, ఆయన నజరుకు వచ్చిన ఓ గ్రామస్థున్ని పిలిచిండు.

"మీ ఊరు సర్పంచు రాఘవరావు దొర ఉండేది ఎక్కడ" అంటూ అడిగిండు.

"ఇట్లా ఈ పానాది కానుంచి ముందుకు పోయి కుడివైపు తిరిగితే దొర ఇల్లు వస్తది" అన్నాడతను.

ఆ అధికారి ఒక క్షణం ఏం చెయ్యాలో అర్థంకాక తన కింది అధికారి కేసి ఏం చేస్తామన్నట్టుగా చూసిండు.

“సార్, సర్పంచ్ గారికి మనం వస్తున్నట్టుగా ముందే కబురు చేసాను. ఆయనే ఈ రోజు మనల్ని రమ్మన్నడు” అన్నాడు వినయంగా.

“మనం సర్పంచు ఇంటికి పోవుడా ఇక్కడే వేచి చూసుడా” అధికారి మళ్లీ అడిగిండు. ఎదురెండ ఆయన మొఖం మీద పడి చిటపటలాడిస్తుంది.

“సర్పంచు సాబ్ మనల్ని ఇక్కడికే రమ్మన్నడు. మనం వచ్చిన సంగతి కబురు చేస్తే సరి” అన్నాడు చిన్న అధికారి.

“అయితే ఎవరినన్న పంపించు” అంటూ అధికారి బడిలో ఉన్న వేపచెట్టు నీడకు చేరిండు.

అధికారుల వెంటవచ్చిన ప్యూన్ సర్పంచు ఇంటికి పరుగుపెట్టిండు. కంపిని అధికారులు వచ్చిండ్లని తెలిసి ఒక్కొక్కరుగా జనం పెద్ద సంఖ్యలో పోగవ్వసాగిండ్లు.

అంతకు ముందోసారి కంపిని అధికారులు వచ్చి ఊరిచుట్టూ ఉన్న భూములు కొలుసుకపోయిండ్లు. బొగ్గు బాయికింద ఊరు కాలి చేయిస్తరంటూ పుకార్లు లేచినయి. అటు తరువాత కంపిని అధికారులు మళ్ళీ రావడం ఇదే..

“ఏందంటా ఎందుకు వచ్చిండ్లట” పొట్టి బానయ్య మందిలకేలి ముందుకొచ్చి చాకలి వెంకటితోని గుసగుసలాడిండు. “నాకు మాత్రం ఏం తెలుసు” అంటూ చాకలి వెంకటి తెల్లమొఖం వేసిండు.

కాపురాజయ్య కొడుకు అందరికంటే ముందుకుపోయి కంపిని అధికారితోని మాట కలిపిండు.

జనం వాళ్ళ చుట్టు మూగిండ్లు.

“ఏముంది మీకు తెల్సిందే. ఓపెన్‌కాస్ట్ బావి విస్తరణలో భాగంగా పెద్దంపేట ఊరి భూములు సేకరించాలన్నది కంపిని ఉద్దేశం”. అంటూ అధికారి చెప్పుకొచ్చిండు.

బొగ్గుబాయి కింద ఊరి భూములు కంపిని తీసుకుంటుందనే మాట వినేసరికి చుట్టు ఉన్న జనంలో కలకలం రేగింది. “భూములు పోతే ఎట్లా” అంటూ మందిలో నుండి ఎవరో అరిచిండ్లు.

అధికారి మాట వచ్చిన వైపు దృష్టి సారించిండు కాని ఎవరన్నది అర్థంకాలే. ఆయన దృష్టిని అందరి మొఖాలు ఒక్క తీర్గనే కన్పించినయి.

"భూములు తీసుకోవటం అంటే కంపిని ఊరికే తీసుకోదయ్యా. భూములకు సరిపడా నష్టపరిహారం చెల్లించినంకనే కంపిని భూములు తీసుకుంటది. భూములు పోయిన వాళ్ళకు కంపినీలో ఉద్యోగాలు ఇస్తది. భూసేకరణకు పెద్ద పెద్ద అధికారులు వస్తరు. వాళ్ళముందు మీకేమన్నా అనుమానాలుంటే, సమస్యలుంటే చెప్పుకోవచ్చు. వాటిని వాళ్ళు పరిష్కరిస్తరు" అంటూ నింపాదిగ్గా చెప్పుకొచ్చిండు.

ఊరిదొర రాఘవరావు రావటం కనిపెట్టిన అధికారి ఆయనకు ఎదురేగి నమస్కారం పెట్టిండు.

అందుకు బదులుగా రాఘవరావు దొర ప్రతి నమస్కారం చేసి "ఎంతసేపయిందేమిటి" అంటూ నవ్వుతూ పలకరించి, ఆయన వెంటవచ్చిన వారిని ఉద్దేశించి "అరే సార్లను నిలుచుండబెట్టే మాట్లాడుతార్రా పోయి గా బల్లకేలి నాలుగు కుర్చీలు తేపోండ్లీ" అంటూ హుకుం జారీ చేసిండు.

దొర వెంటవచ్చిన వారు కుర్చీలు తేను బళ్ళోకి ఉరికిండ్లు. కుర్చీలు వచ్చినయ్. అధికారులు దొర కూచున్నరు.

కూచున్న దొర షావుకారు జానకిరామయ్యను ఉద్దేశించి "మీరట్లా నిలబడితే ఎట్లా, వచ్చి ఇట్లా బెంచీల మీదకూచోండ్లి" అంటూ ఆహ్వానించిండు.

షావుకారు ఒక్కక్షణం తటపటాయించి వచ్చి ఒక పక్కన బెంచీ మీద కూచున్నడు.

రాఘవరావు దొర మోతుబరి రైతులు రాంరెడ్డిని కిషన్ రావులకు పిలిచిండు. వాళ్ళు వచ్చి కూచున్నరు.

దొర కూచున్నోళ్ళవైపు, నిలుచున్నోళ్ళవైపు ఓసారి పరికించి చూసి మాట్లాడటం మొదలుపెట్టిండు.

"గత కొద్ది నెలలుగా మన ఊరి భూములను బొగ్గు బాయికింద కంపిని తీసుకుంటుందనే విషయం మన అందరికి ఎరుకే, అంతకు ముందోసారి వచ్చి ఎవల భూమి ఎంత పోతాందో కంపినోళ్ళు వచ్చి సర్వే చేసుకపోయిండ్లు కదా! ఆ లెక్కల పత్రాలన్ని కంపిని దగ్గర ఉన్నయి. దాని ప్రకారం నష్టపరిహారం చెల్లిస్తరు. దాన్ల ఎవరు అనుమాన పడాల్సిందేమిలేదు".

ఆయన మాటలకు అడ్డుపోయిన రైతు ఒకరు "ఏలెక్కన ఇస్తరంట" అన్నడు.

ఆ మాటన్న రైతుకేసి చూస్తూ రాఘవరావుదొర "యాకయ్య నీ అనుమానం నిజమే, నష్టపరిహారం విషయంలో రాజీపడేదిలేదు. మార్కెటులో ఏ ధర ఉంటే ఆ ధర చెల్లించాల్సిందే" అన్నడు.

యాకయ్యకు ఇంకేమి మాట్లాడాలో అర్థం కాక మౌనం వహించిండు. దొరమళ్లీ మాట్లాడసాగిండు. "మనలో చాలామందికి నష్టపరిహారం చెల్లింపు విషయమై ఎవరూ ఇది కావద్దు. సరైన నష్టపరిహారం చెల్లించకుంటే అంగుళం భూమి కూడా వదిలేదిలేదు". అంటూ దొర అందరివైపు మరోసారి కలియ చూసిండు.

జనంలో ఉన్న భూదేవి ముందుకొచ్చింది.

"అయ్యదొరలు బాగానే చెప్తాండ్లు కాని భూములు లేకుండా బతికేదెట్లా, భూమి లేకుంటే ఊరు ఊరులెక్కన ఉంటదా!" అంది.

భూదేవికి యాభై ఏండ్లు పైబడి ఉంటాయేమో, కాయ కష్టం చేసిచేసి మొద్దు బారిన శరీరం, గ్రామీణ తెలంగాణ స్త్రీలుకట్టె విధంగా గోసిపెట్టిన చీరకట్టు, ఎండిపోయిన ఛాతికి ఆచ్ఛాదనగా ఉన్న రైకముడి, సగానికి పైబడి నెరిసినజుట్టు.

అందరి దృష్టి భూదేవి మీదికి మళ్ళింది.. కొందరికేమో నిజమే కదా అన్పించింది. మరి కొందరేమో 'వ్యవసాయం ఏమేడ్చిందని, సమయం వచ్చింది కాబట్టి ఎక్కువ ధరకు అమ్ముకుని ఇంకేదన్నా వ్యవహారం చూసుకోవచ్చు అనుకునే వాళ్ళున్నరు.

కంపిని అధికారి బీరిపోయి చూసిండు. రాఘవరావు దొరకు కోపం చివ్వున పొంగింది. కాని తమాయించుకొని చిర్నవ్వును మొఖం మీదికి తెచ్చుకున్నడు.

"మనం భూమిని ఇవ్వమంటే సర్కారు ఊరుకుంటదా! బలవంతంగానైనా ఖాళీ చేయిస్తది. అటువంటప్పుడు సామరస్యంగా ఎంత వీలైతే అంత ఎక్కువ రాబట్టుకోవడమే మంచిది" అన్నాడు.

ఇదేదో సబబుగానే ఉందనిపించింది కొందరికి. అయినా ఏదో అసంతృప్తితోని అసహనంగా గుణుక్కున్నారు మరికొంతమంది.

"భూములున్న వారికి నష్టపరిహారం చెల్లిస్తరు. సరే వాళ్ళ పని బాగానే ఉంది కాని భూమిలేని వాళ్ళ సంగతో" ఎవరో అన్నారు.

ఆ ప్రశ్నకు ఎవరి దగ్గర జవాబు లేదు. చివరికి కంపిని అధికారి కల్పించుకుని "భూసేకరణ గురించి పబ్లిక్ ఇయరింగ్ ఉంటుంది. అప్పుడు జిల్లా కలక్టర్‌తో సహా అందరు అధికారులు వస్తరు. అప్పుడు ఇటువంటి సమస్యలు ఏమన్న ఉంటే వారి దృష్టికి తీసుకపోవచ్చు. అక్కడే అన్నీ పరిష్కరింపబడుతాయి". అన్నాడు.

ఆ అధికారే మళ్ళీ "పబ్లిక్ ఇయరింగ్ విషయమై చర్చించటానికి మీ గ్రామానికి వచ్చినం. ఆ రోజు గ్రామస్తులంతా హాజరుకావాలి. మీ సమస్యలు ఏమన్నా ఉంటే కలక్టర్‌గారు వింటారు. పరిష్కరిస్తారు".

గ్రామస్తులంతా గోలగోలగా ఎవరికి తోచింది వాళ్ళు మాట్లాడసాగిండ్లు.

"నష్టపరిహారం సంగతి సరే, ఉద్యోగాల సంగతో మరి" అన్నాడో యువకుడు.

"భూములు కోల్పోయిన కుటుంబంలో ఒకరికి కంపినిలో ఉద్యోగం ఇస్తుంది. దాని గురించి ఎవరూ బెంగపెట్టుకోవద్దు". అంటూ అధికారి బదులిచ్చిండు.

"నష్టపరిహారం న్యాయంగా లేకుంటే" అన్నాడో రైతు.

"అటువంటి ఇబ్బందులేమి ఉండవు" అన్నాడు అధికారి.

రాఘవరావు దొర కల్పించుకొని "ఇటువంటి సమస్యలు ఏమన్న ఉంటే పబ్లిక్ ఇయరింగ్ రోజున తేల్చుకుందాం. ఈ లోపున మనం చేయాల్సిన పనల్లా కంపిని అధికారులకు సహకరించటమే" అన్నాడు.

జనానికి ఎటు సమజ్ అయితలేదు.

"రాఘవరావు గారు ఈ సమస్యని అన్ని చోట్ల ఉండేటివే. కాగల కార్యం ఎట్లైన కాక మానదు. ఏమైనా మీరు మాకు అన్ని విధాలుగా సహకరిస్తారనే నమ్ముతున్నాం" అన్నాడు అధికారి.

"ఇందులో మేం చేసేది ఏముంది మేం కాదంటే ఆగేది ఏముందని, కాకుంటే న్యాయం జరగాలని కోరుకుంటానం" అన్నాడు రాఘవరావు.

అధికారులు వచ్చిన దారిలనే పోయిండ్లు.

నిమ్మలంగా నీళ్ళలో పెద్ద బండరాయి పడ్డట్టుగా గ్రామస్తులు ఎవరి ఆలోచనల్లో వాళ్ళు కొట్టుమిట్టాడిండ్లు.

2

భూదేవి మనసంతా కకావికలం అయింది. భూమి లేకుంటే గ్రామం బతుకు ఎట్లా ఉంటుందో ఆమె ఊహించలేకపోతుంది.

ఆ వూరితో ఆమెకు నలుబై ఏండ్ల అనుబంధం. పది పన్నెండేండ్ల వయసులో ఆమె తండ్రి బక్కయ్య, మ్యానరికం అని అక్క కొడుకైన దుర్గయ్యకు ఇచ్చి పెండ్లి చేసిండు.

అప్పటికింకా ఊహ తెలియని వయసు. ఓ అర్థరాత్రి నిదురలో ఉన్న భూదేవిని తెచ్చి పెండ్లి పీటల మీద కూచుండ బెట్టిండ్లు. నిదురాగక భూదేవి ఏడ్పు మొదలుపెడ్తె, తల్లి రామమ్మ, మ్యానత్త పోషవ్వ చెరోదిక్కు చేరి సముదాయించి పెండ్లి పీటల మీద కూచుండబెట్టి పెండ్లి చేసిండ్లు.

పెండ్లయినా భూదేవికి అత్త మేనత్తే అవటంవల్ల పెద్ద ఇబ్బందులేమి ఎదురుకాలే, నాల్గురోజులు అత్తగారింట్లో ఉంటే మరో వారం అవ్వ గారింట ఉండేది. 'చిన్నపిల్ల ఎక్కడ ఉంటేంది' అనేది వాళ్ళత్త పోషవ్వ.

భూదేవి తల్లిగారి ఊరేమో గోదావరికి ఆవల చెన్నూర్ తాలుకాలోని నీల్వాయి గ్రామం.

నీల్వాయి చుట్టు దట్టమైన అడివి ఉండేది. ఎనకట అక్కడి చిన్న గిరిజనగూడెం ఉండేదంట కాని నీల్వాయి దొర పురుషోత్తం రావు లక్సట్‌పేట్ నుంచి వచ్చి ఊరు

పొందించిన తరువాత గిరిజనులు చాలామంది మరింత అడివిలోకి పోయి గూడాలు పొందించుకుంటే మరికొంత మంది అక్కడే మిగిలిపోయిండ్లు. గిరిజన గూడెం రూపురేఖలు మారిపోయి గ్రామంగా ఎదిగింది. పురుషోత్తంరావు దొర చుట్టు నూరు ఊళ్ళకు పేరు బోయిన భూస్వామి అయిండు.

పురుషోత్తమరావు దొరకింద బక్కయ్యపెద్ద పాలేరుగా పని చేసేటోడు. బక్కయ్య వొళ్ళు దాచుకోకుండా నమ్మకంగా పనిచేసేటోడు. దాంతో బక్కయ్య అంటే గురి కుదిరిన పురుషోత్తమరావు దొర ఇంటిపని బయటపని అని తేడా లేకుండా అన్ని పనులు అప్పజెప్పేటోడు. దాంతో పొద్దున ఏ చీకట్లనో ఇల్లు విడిచిపోతే, ఏ రాత్రో కాని ఇంటికి చేరేవాడు. దాంతో ఒక్కొక్కసారి కొన్ని రోజుల వరకు భూదేవికి తండ్రి మొఖం కూడా చూడని పరిస్థితి ఉండేది.

ఒకరోజు తండ్రితో దొరగడికి పోయింది. అదే మొదటిసారి గడిని చూడటం. ఎత్తైన గడి గోడలకు ఒకే ఒక్క పెద్ద దర్వాజ ఉండేది. పెద్దపెద్ద టేకు దుంగలతో తయారుచేసిన తలుపులు ఉండేవి. వాటిని దాటి లోపలికి పోతే చుట్టూ విశాలమైన ఆవరణలో గుబురుగా పెరిగిన వేపచెట్లు, చింతచెట్లు మధ్య దొర బంగ్లా ఉండేది.

దొర బంగ్లానుండి దొరసానులు ఎప్పుడూ బయటికి వచ్చేవాళ్ళు కాదు. ఎప్పుడైనా బయటికి వచ్చినా సవారు కచ్చరంలో పోయేటోళ్ళు. దాంతో ఊర్లో చాలామందికి దొరసాని ఎట్లా ఉంటుందో తెలిసేది కాదు.

ఎర్రటి దొండ పండులా ఉన్న దొరసాని మొఖం విప్పారంగా "ఏం రా బక్కా నీ బిడ్డా". అంది.

"అవునమ్మా" అంటూ బక్కయ్య వినయంగా బదులిచ్చిండు. తండ్రి కాళ్ళను కరుచుకొని భయం భయంగా చూస్తున్న భూదేవిని దొరసానమ్మ" ఏందే ఎందుకు భయపడ్తానవు ఇటురా" అంటూ పిలిచింది.

భూదేవి పోదునా వద్దా అన్నట్టు తండ్రికేసి చూసింది. తండ్రి నవ్వుతూ "అమ్మగారు పిలిస్తోంది పో బిడ్డా" అన్నాడు.

"ఎందుకే భయపడ్తానవు రా ఇటురా" అంటూ దొరసాని దగ్గరికి వచ్చిన భూదేవి చేతిలో ఇంత బెల్లం ముక్కను పెట్టింది.

బెల్లం ముక్కతోని భూదేవి భయం తేలిపోయింది. ఆ రోజు తండ్రి పనులు ముగించుకొని ఇంటికి పోయేంతవరకు దొరసాని దగ్గరే గడిపింది.

పురుషోత్తమరావు దొర పిల్లలు పట్నంలో చదువుతుండటం వల్ల ఊళ్ళో దొర, దొరసాని ఇద్దరే ఉండేవాళ్ళు. దొరేమో క్షణం తీరిక లేకుండా ఉంటే, దొరసానికి పొద్దు పోయేదికాదు. ఇంటి పనులు వంటపనులు అన్ని పనోళ్ళే చూసుకునేవాళ్ళు.

దొరసాని ఎంత సాత్వికురాలో, దొర అంత కపటి. ఏ విషయం అంత తొందరగా బయటపడే వ్యక్తికాదు. ఎనకట ఎప్పుడో నిజాం కాలంలో అడవి ప్రాంతంలో శిస్తువసూల్ల కోసం లాండ్ సర్వే చేయించినప్పుడు దొర చుట్టూ పది ఊళ్ళపెట్టు భూములన్ని సర్వే కోసం వచ్చిన అధికారులను మచ్చిక చేసుకొని తన పేర రాయించుకొన్నడు. అట్లా అదిలాబాద్‌లోని చాలా గిరిజన గ్రామాలు, మైదానం నుంచి వలసవచ్చిన వెలమ దొరల చేతిలోకి చేరిపోయినయి. దాంతో తరతరాలు భూములు సాగుచేసుకుంటున్న గిరిజనులకు మాత్రం చట్టపరంగా భూముల మీద హక్కులేకుండా పోయింది. ప్రభుత్వ రికార్డుల్లో భూములు దొరల పేరున ఉంటే, సాగు చేసుకునేది మాత్రం గిరిజనులు. కాలక్రమేనా నయనా భయానా దొరలు గిరిజనుల నుండి భూములు గుంజుకొని బడా భూస్వాములుగా ఎదిగిండ్లు.

పురుషోత్తమరావు దొరకు ఎంత ముందుచూపంటే నీల్వాయికి ప్రభుత్వం రోడ్డు వేస్తానంటే, తన పలుకుబడి ఉపయోగించి ఊరికి రోడ్డు రాకుండా చేసిండు. ఊరికి రోడ్డస్తే, రోడ్డుతో పాటే రాకపోకలు ఎక్కువైతయి. దాంతో జనం తెలివిమీరి ఎక్కడ తన దొరతనానికి అడ్డుపుల్ల వేస్తారోనన్నది ఆయన భయం.

పురుషోత్తమరావు దొర పేరు జిల్లా మొత్తంలో మారుమోగిపోయినా, ఆయన స్వంత ఊరికి మాత్రం నిజాం కాలంలోనే కాదు. అటు తరువాత స్వాతంత్ర్యం వచ్చి పాతికేండ్ల వరకు కూడా ఆ ఊరికి రోడ్డు రాలేదు.

ఈ రోజుల్లో నీల్వాయి గ్రామం ప్రస్తుత పరిస్థితి మారిపోయింది కాని, ఆ రోజుల్లోనైతే గ్రామం పొలిమేర నుండే దట్టమైన అడివి ఉండేది. గ్రామంలోని పిల్లా జెల్లా అనకుండా ఏదో విధంగా అడివితో అనుబంధం ఉండేది. అడివిలో దొరికే కర్రల కోసమో, ఆయా సీజన్లో దొరికే పండ్ల కోసమో మరికొద్ది మందైతే అడివి జంతువుల శికారు కోసమో రాత్రులు తిరిగే వాళ్ళు.

ఆరోజుల్లో గుడ్డెలుగుల భయం బాగా ఉండేది. నక్కల లొద్దిలోనైతే పులులు తిరగాడేవి. గుంటనక్కలు రాత్రయితే చాలు గుడిసెల పొంటి తిరిగేవి. రాత్రిపూట ఎవరైనా ఒంటరిగా బయటికి పోవాలంటే భయపడేవాళ్ళు. నీల్వాయి నుండి సర్వారం మీదుగా ముందుకు పోతే అర్జున గుట్టలు వచ్చేవి. ప్రతి శివరాత్రి నాడు గుట్ట మీదున్న శివాలయంల జాతర జరిగేది.

భూదేవికి చిన్నప్పటినుండి అడివితో అనుబంధం ఉండేది. ఓసారి అడవిలో నేరేడు పండ్ల కోసం పోయినప్పుడు ఒక చిన్న రామచిలుక దొరికింది. అప్పటికింకా అది పసిపిల్ల. ఏదో గాయమై ఎగురలేని పరిస్థితిలో ఉంటే భూదేవి చూసి ఇంటికి తెచ్చుకొంది. దానికోసం ఓ పంజరం తయారుచేసింది. కొద్ది రోజులు భూదేవికి రామచిలుకే లోకమైంది.

భూదేవికి రామచిలుక ఎంత మచ్చికైందంటే రామచిలుక భూదేవిని వాళ్ళ అమ్మ పిలిచినట్టే పేరు పెట్టి పిలిచేది. చివరికి ఓనాటి రాత్రి గండుపిల్లి దాన్ని ఎత్తుక పోయింది. ఆ రోజు ఇక భూదేవిని ఊకుంచటం ఎవరి తరం కాలేదు.

పచ్చని వాతావరణంలో ప్రకృతి ఒడిలో భూదేవి బాల్యం గడిచింది. పెండ్లయి అత్త గారింటికి వచ్చిన తరువాత కూడా వాతావరణంలో పెద్ద మార్పేమి లేదు.

పెద్దంపేట చుట్టూ పెద్దగా అడివిలేకున్నా పెద్దంపేట పెద్ద చెఱువుకింది పన్నెండు నూర్ల ఎకరాలు సాగయ్యేది. ఊరికి ఉత్తరం దిక్కున ఆరేడు వందలపై చిలుకు తాటివనం ఉండేది. ఊరిని అనుకొని ఉండే మరో ఊరు సుందిల్లలో నర్సింహస్వామి గుడిఉండేది. ఆపైన గోదావరి నది ఆవలి ఒడ్డున మహారాష్ట్రకు చెందిన గ్రామాలుండేవి. పెద్దంపేటకు కూతవేటు దూరంలో గోదావరిఖని పారిశ్రామిక ప్రాంతానికి జన్మనిచ్చిన జనగామ గ్రామం ఉండేది. అక్కడ కాకతీయుల కాలంనాటి త్రికూటాలయం ఉంది. శివరాత్రి సందర్భంగా అక్కడ మూడురోజులు జాతర జర్గేది. బొగ్గు గనులు వచ్చిన తరువాత ఆలయం రూపురేకలు మారిపోయి శిథిలావస్థకు చేరుకుంది.

నీల్వాయిలో పురుషోత్తమరావు దొర ఉన్నట్టు పెద్దంపేటలో పీతంబర్‌రావు అనే దొరుండేవాడు. ఊరిలో సగానికి పైగా భూములు ఆయనవే. గోదావరి ఒడ్డున దాదాపు వంద ఎకరాల్లో పీతాంబర్‌రావు దొరకు మామిడి తోట ఉండేది. ఆ తోటను ఆనుకొని ఎనకట ఎప్పుడో దొర ఒక బంగ్లా కట్టించిండు. అది

చిన్నపాటి కోటలాగా ఉండేది. చుట్టు ఎత్తయిన ప్రహారిగోడ, లోపల దంగుసున్నంతో పెద్ద కమాన్లతో, వసారాలతో నిజాం దొరల కాలంనాటి వాస్తుతో నిర్మించిన పెద్ద భవంతి ఉంది. దొర ఎంతో మోజుపడి కట్టించుకున్న భవంతిలో ఎక్కువకాలం ఉండలేక పోయిండు. ఆ భవంతి లోకి గబ్బిలాలు వచ్చాయని గబ్బిలాలు సొచ్చిన ఇంట్లో ఉంటే కీడు జరుగుతుందని భావించిన దొర ఆ భవంతిని వదిలి మళ్ళీ ఊళ్ళోని పాత ఇంటికి వచ్చి ఉన్నడు.

ఏండ్ల తరబడి భవంతిలో ఎవరు ఉండకపోవటం వలన, సరైన ఆలనా పాలన లేకపోవటం వల్ల, గోడలన్ని పాకురుబట్టి నల్లగా మారిపోయి భూత్ బంగ్లాగా మారిపోయింది. మామిడి తోటకు కాపలా ఉండే కూలీలు మాత్రం అక్కడ ఉండేవాళ్ళు.

పీతంబర్‌రావు దొర బతికి ఉన్నంత కాలం ఊళ్ళో దొరతనం చెలాయించిండు. నిజాం కాలంనాడే కాదు. మొన్న మొన్నటి వరకు దొరగడి ముందునుంచి ఎవరు చెప్పులు వేసుకొని నడిచే వాళ్ళు కాదు. కాని అటు తరువాత యువతరం వచ్చి ఎదురుతిర్గె సరికి ఆ ఆనవాయితే మారిపోయింది కాని లేకుంటే ఇంకా చెలాయించే వాడే.

పీతాంబర్‌రావు దొర కొడుకు రాఘవరావు దొర తండ్రి కంటే భిన్నమైనవాడు. మారిన పరిస్థితులకు అనుగుణంగా మారిపోయి పారిశ్రామిక ప్రాంతంలో సారా కల్లు మాములాల కాంట్రాక్టులు పట్టి నాల్గు డబ్బులు బాగానే సంపాదించిండు. కాంగ్రెసు పార్టీలో జిల్లాస్థాయి నాయకుడైండు. గ్రామానికి చాలా ఏండ్లుగా ఆయనే సర్పంచ్‌గా ఉంటు వస్తున్నడు.

పీతంబర్‌రావు దొరకింద భూదేవి మామ లక్ష్మిరాజ్యం పనిచేసే వాడు. ఆయన జీవితంలో ఎప్పుడు ఒంటిమీద అంగి అంటూ లేకుండా బ్రతికిండు కాని ఎప్పటికైనా తనకంటూ ఇంత భూమి కావాలని భమిసి నోరుకట్టుకొని పైస పైస కూడబెట్టి ఎకరమంతా భూమి సంపాదించిండు. అందులో వర్షకాలంలో మాత్రం మక్కలో, జొన్నలో ఒక పంట పండేది.

భూదేవి భర్త దుర్గయ్య, తండ్రి వారసత్వంగా వచ్చిన ఎకరం భూమి చూసుకుంటూ కూలినాలి చేసుకుంటూ కాలం గడుపుకొచ్చిండు. పెద్ద చెరువు పుణ్యమా అని నీటికి కొరత ఉండేది కాదు. రైతులు తీరొక్క పంటలు పండించేటోళ్ళు. కూలినాలికి కొరత ఉండేది కాదు.

ఏదో కాలం గడిసిపోతుందనుకునే సరికి భూదేవికి ఇద్దరు పిల్లలైన తరువాత నాల్గు రోజులు నలత చేసి దుర్గయ్య అర్థంతరంగా చనిపోవటంతో భూదేవి బతుకు చీకటైంది.

దుర్గయ్య చనిపోయేనాటికి పెద్ద కొడుకు రాజేశంకు పద్నాల్గేండ్లు, చిన్నోడికి అప్పటికింకా పదేండ్లు కూడా రాలేదు.

పిల్లల మొఖంచూసి దు:ఖాన్ని దిగమింగుకొని భూదేవి మొగోని లెక్కకష్టపడ్డది. అందినకష్టమల్లా చేసి పోరగాండ్లను సాదుకొచ్చింది. పిల్లలు ఎదిగి వచ్చి కష్టాలు గట్టెక్కుతవని ఆశపడ్డది కాని బతకులో ఎదుగు బొదుగు లేకుండా పోయింది.

ఇంతలో ఓపెన్‌కాస్టు గనికింద కంపిని ఊరి భూములు తీసుకుంటుందనే అవాంతరం వచ్చిపడింది.

* * *

3

ఒక రోజు ఊరి మీదికి రెండు వ్యాన్ల నిండా పోలీసులు హడావిడిగా వచ్చిండ్లు. ఊర్లో ఎవరిని పనులకు పోనియ్యకుండా తోవ్వలు కాసిండ్లు. పనులకు పోయేటోళ్లకు అడ్డం తిర్గి మల్లించు కొచ్చిండ్లు.

చాలామందికి ఈ హడావిడి ఏమిటో అర్థం కాలేదు. ఊరి సర్పంచు రాఘవరావు దొర కూడా వాళ్ళ వెంట ఉన్నడు.

"నేను మాత్రం ఏం చేస్తా సర్కిల్‌సాబ్ వచ్చి రమ్మంటే కాదనగలమా. ఎవరిని ఆపుతాం. కొత్త బావులు తవ్వుతరంటా. కొత్త బావులు తవ్వడం అంటే కొత్తగా భూములు తీసుకోవటమే కదా! దాన్ని ఎవరు ఆపగలుగుతారు" అంటూ తన ప్రమేయం ఏం లేదన్నట్టుగా మాట్లాడిండు. ఆయన భయం ఆయనది. కరవమంటె కప్పుకు కోపం వద్దంటే పాముకు కోపం. ఊర్లో ఉన్న యువకులను పిల్లలను చిన్న పెద్ద అనకుండా పోలీసులు ఇంటింటా తిర్గి మందిని పాఠశాల గ్రౌండ్ల కుప్పేసిండ్లు. స్కూలు బందుపెట్టించి పిల్లలను కూడా ఆ సమావేశంల కూచుండబెట్టిండ్లు. అందరు జమైండ్లని భావించిన తరువాత స్థానిక ఎస్సై సమావేశం మొదలు పెట్టిండు. మైకందుకొని గొంతుసవరించుకున్నడు. "అంతా సైలెన్స్‌గా ఉంటే సమావేశం మొదలు పెడుతాం". అంటూ ప్రకటించిండు.

బారు తుపాకులు లాటీలు పట్టుకొని చుట్టు కమ్మేసినట్టు పోలీసులు నిలుచున్న తరువాత ఎవరు మాత్రం ఏం మాట్లాడతరు.

ఏదైన పనిబడి స్టేషన్‌కు పోతే గుడ్లెర్రజేసి కారాలు మీరాలు నూరే ఎస్సై ఇప్పుడు మాత్రం ఎంతో శాంతాన్ని మొఖం మీదికి తెచ్చుకొని మాట్లాడసాగిండు.

"ప్రియమైన ప్రజలారా" అంటూ అందర్ని కలియచూసి "ఈ రోజు ఇక్కడ ఈ సమావేశం ఎందుకు ఏర్పాటు చేసామో మన సర్కిల్ సాబ్, సర్పంచ్ సాబ్ మీకు వివరిస్తారు. నేను దాని గురించి ఎక్కువ మాట్లాడను". అంటూ వేదిక మీదికి సర్కిల్ సాబ్‌ను సర్పంచును ఊళ్ళో ఇద్దరు ముగ్గురు వార్డు మెంబర్లను పిలిచిండు.

సమావేశం ఆరంభమైంది.

సర్కిల్ సాబ్ మొదట మాట్లాడటానికి లేచిండు.

అంతా నిశ్శబ్దం. ఆ నిశ్శబ్దాన్ని బద్దలుకొడుతూ "సోదర సోదరీమణులందరికి నమస్తే' అంటూ సర్కిల్ గొంతు. రెండు చేతులు జోడించి అందరికి నమస్కరించిండు. "ఇవ్వాళ మనకు సుదినం" అంటూ ఒకక్షణం అగి వేదిక మీద ఉన్నవారిని జనాలను చూసిండు.

"నేను ఇవ్వాళ ఎందుకు సుదినం అన్నానో మీకు అర్థం అయిందనుకుంటా. ఎందుకంటే భవష్యత్‌లో మీ గ్రామం రూపురేఖలు మారిపోనున్నాయి. ఎంతో అభివృద్ధి ఈ ప్రాంతంలో జరుగబోతుంది. ఎట్లా అని మీకు ఆశ్చర్యం కల్గుతుండవచ్చు" అంటూ ప్రశ్నార్థకంగా మొఖం పెట్టి, ప్రసన్నంగా నవ్వి వేదిక మీదున్న వారికేసి చూసిండు.

ఆయన చూపులు తాకేసరికి ఎస్సైగారి మొఖంలో వినయంతో కూడిన నవ్వు వెలిసింది. సర్పంచ్, వార్డు సభ్యులు తమ సీట్లో సర్దుకొని కూచున్నరు.

"ఈ ప్రాంతంలో అభివృద్ధి ఎట్లా జరుగుతుందోనని మీకు సందేహం కల్గుతుండవచ్చు. కాని మీకు ఒక ఉదాహరణ చెపుతాను. మీ ఊరును ఆనుకొని జనగామ గ్రామం ఉందికదా! అదొక్కప్పుడు ఎట్లా ఉండేది. ఇప్పుడెట్లా మారింది. ఒకప్పుడు మారుమూల గ్రామం, ఆ గ్రామం గురించి చుట్టు ప్రక్కల గ్రామాల వారికి తప్ప ఎవరికి తెలిసేది కాదు. కాని జనగామ గ్రామం ఇప్పుడు గోదావరిఖని పారిశ్రామిక ప్రాంతంగా ఎదిగింది. గ్రామంలోని ఎంతో మందికి బొగ్గు బావుల్లో ఉద్యోగాలు వచ్చాయి. కొంతమంది వ్యాపారస్తులుగా, చిన్నపెద్ద దుకాణాలు పెట్టుకున్నరు.

జనగామ గ్రామం ఇప్పుడు మున్సిపాల్టి అయ్యింది. రోడ్లు వచ్చినయి. అభివృద్ధి జరిగింది. ఇదంతా ఎట్లా జరిగిందనుకుంటాండ్లు?" అంటూ జనంవైపు చూసిండు.

జనంలో ఎవరు ఏం మాట్లాడలేదు. నిజంగానే జనగామ గ్రామం అభివృద్ధి చెందిందా! జనగామ గ్రామంలో ఏ ఒక్క ఇళ్ళయినా బీటలు వారకుండా, బెజ్జాలు ఊడకుండా, పైకప్పులు కూలకుండా ఉన్నాయా! జనానికి అన్ని తెలుసు కాని లాఠీలు, తుపాకులు అభివృద్ధి గురించి మాట్లాడుతుంటే ఎవరికైనా కాదు అనే ధైర్యం ఎట్లా వస్తుంది.

"జనగామ గ్రామంలో ఎట్లా అభివృద్ధి జరిగిందో నేను చెపుతాను". అన్నాడు ఉత్సాహంగా సర్కిల్.

"ఈ అభివృద్ధి అంతా ఆ ప్రాంతంలోకి బొగ్గు గనులు రావటం వల్ల జరిగింది. బొగ్గు గనులు వస్తె ఉద్యోగాలు వస్తయి. బతుకులు బాగుపడ్తయి. పాల వ్యాపారం చేసేవాళ్ళు, మరిన్ని పాలు అమ్ముకోవడానికి అవకాశం ఏర్పడతది. కూలినాలి చేసుకునే వాళ్ళకు చేతినిండా పనులు దొరుకతయి. అవునా కాదా!" మరోసారి సర్కిల్ జనాన్ని ప్రశ్నించిండు.

చిల్లర దొంగతనాలు చేసే సాయిలు, తాగుబోతు వెంకటి ఇద్దరు ఒకేసారి "అవునవును" అంటూ అరిచిండ్లు. జనం వింతగా చూసిండ్లు.

సర్కిల్ మాట్లాడ సాగిండు. "అయితే కొంతమంది సంఘ విద్రోహశక్తులు ఈ అభివృద్ధిని అడ్డుకోవటానికి చూస్తున్నరు. జనం బాగుపడ్తే వాళ్ళు చూడలేరు. జనం కష్టాల్లో ఉండాలి. పేదరికంలోనే ఉండాలి. పేదల పేరు చెప్పి వాన్ని వీన్ని బెదిరించి డబ్బులు వసూలు చేసుకొని జల్సాలు చేయాలి. ఇదే వాళ్ళు సాగించే విప్లవం" అతని కంఠం మారిపోయింది. ఏదో అసహనం కోపంతో మొఖం జేవురించుకపోయింది.

"మొన్నటికి మొన్న ఏం జరిగిందో తెల్సు కదా! సింగరేణి కంపినికి చెందిన ఎక్స్ప్లోరెషన్ డిపార్టుమెంటు వాళ్ళు తూర్పు అడివి ప్రాంతంలో డ్రిల్లింగ్ వేసి సర్వేలు జరుపుతుంటే దొంగల్లా వచ్చి డ్రిల్లింగ్ యంత్రాలను, సర్వే పనిముట్లను తగలబెట్టిపోయిండ్లు. దానివల్ల కంపినికి కోటి రూపాయల నష్టం జరిగింది. కంపిని అంటే ఎవరిది. ప్రవేటోనిదా గవర్నమెంటుదా? గవర్నమెంటు కంపినికి నష్టం జరిగితే అది ప్రజలకు జరిగిన నష్టం కాదా? సర్వే పనులు అడ్డుకుంటే

ఏమొస్తది. ఆ ప్రాంతం అభివృద్ధి కుంటుపడుతది. పారిశ్రామికంగా ఎదుగుదల ఆగిపోతది, కావున ఇటువంటి సంఘ విద్రోహుల మాటలు నమ్మి మోసపోవద్దు. వాళ్ళ ఆటలను సాగకుండా చేయాలి. మన అభివృద్ధికి అడ్డంకిగా మారిన సంఘ విద్రోహ శక్తుల ఆటలింకా సాగనివ్వవద్దు. ఈ ప్రాంత అభివృద్ధికి అడ్డుకుంటున్న సంఘ విద్రోహులు నశించాలని, మన ప్రాంతంలో బొగ్గుబావులు రావాలని తద్వారా మన బతుకులు బాగవుతాయని నినదించాల్సిన సమయం ఆసన్నమైంది". సర్కిల్ ఆయాసపడుతూ, ఆవేశంగా చాలా విషయాలు మాట్లాడిండు.

జనం ఎవరేమి బయటికి మాట్లాడటంలేదు. కాని లోలోన ఏదో కళ్ళపెళ్ళిలాడినట్టు అనేక సందేహాలు వాళ్ళని వెంటాడసాగినయి.

సమావేశంలో జనంలో ఒకరుగా జనం మధ్య కూచున్న భూదేవికి కూడా ఎటు సమజ్ అయితలేదు.

"బొగ్గు బాయిలు వస్తే నిజంగానే ఊరు మంచిగైతదా?" అని పక్కన కూచున్న రామలింగును అడిగింది.

రామలింగుకు నిప్పుల కుంపటి మీద కూస్తున్నట్లుగా ఉంది. ఇదంతా అబద్ధం అని చెప్పాలని ఉంది. కాని పోలీసోళ్ళను చూసి మనసులోని మాటను మనసులోనే అదిమిపట్టిండు. భూదేవి ఆ ప్రశ్న వేసే సరికి ఇక ఆపుకోలేకపోయిండు.

"ఆ అభివృది జరుగుతది. మన అందరికి అందర్ని అగ్గో" అంటూ దూరంగా కనిపిస్తున్న ఓపెన్ కాస్టు మట్టిదిబ్బల కేసి చూస్తూ వాటి కింద పాతరపెట్టరు అన్నాడు.

మళ్ళీ తనే "మొన్న నాబిడ్డ ఇంటికని వకీలుపల్లికి పోయినా నాల్గెండ్ల క్రింద నా బిడ్డను ఇచ్చినప్పుడు ఆ ఊరు ఎట్లాఉండే, మూలవాగు కింద పచ్చగా ఉండేది. ఏమంటా బొగ్గు బాయిలు వచ్చినయో ఊరు కళ తప్పింది. బొగ్గు బాయిల కింద పంట పొలాలు పోయిన తరువాత చావుకళ వచ్చింది. చేద్దమంటే పనులు లేక అరిగోస పడ్తాండ్లు. మూలవాగు మాయమైంది. ఇప్పుడిక చస్తాంటే జీవగంజి పోయటానికి కూడా చుక్క నీరు దొరకని పరిస్థితి". బాధతో అతని గొంతు వణికింది.

అప్పటికే వార్డు సభ్యుడొకరు మాట్లాడటానికి లేచిండు. ఆయన మైకందుకొని వేదిక మీదున్న సర్కిల్‌కు ఎస్సైకు, సర్పంచ్‌కు పేరుపేరున అందరిని పల్కరిస్తూ మాట్లాడసాగిండు. "మొన్న ఎస్సైగారు పిలిచి మీ ఊళ్ళో మీటింగ్ పెట్టమంటే

ఎందుకో అనుకున్న కాని ఇంత మంచి పనిచేస్తాంటే ఎట్లా కాదంటాము. మన గ్రామంలో బొగ్గుగనులు వస్తే మన బతుకులు బాగుపడ్తయని ఇందాక సర్కిల్‌గారు చెప్పింది వాస్తవం. భూములు పోయినోళ్ళకు కంపినిలో ఉద్యోగాలు వస్తయి. బొగ్గు బాయి పనంటే నెల తిర్గెసరికి వేలకువేల జీతాలు, మనం ఎద్దుముడ్డి పొడుచుకుంటూ ఎంత కష్టపడితే మాత్రం అంత సంపాదిస్తం. మన భూముల్లో బొగ్గు సంపద ఉండటం మన అదృష్టం. మన భూముల్లోని సంపదే రేపు దేశానికి వెలుగు పంచుతుందంటే మనకు గర్వకారణం కాదా!".

వార్డు సభ్యుడి మాటలు అంత పొంతు లేకుండా సాగుతున్నయి. ఇప్పట్లో ఆయన ఉపన్యాసానికి ముగింపు లేనట్టుగా ఉంది. ఎండ ముదిరింది. సమావేశం కోసం వేయించిన టెంట్లు సరిపోక అప్పటికే జనం టెంట్ల బయటే నిలుచున్నారు.

ఇక లాభం లేదనుకున్న ఎస్సై కూర్చున్న కానుంచి కాస్త ముందుకు వంగి మాట్లాడే అతని అంగిని వెనకవైపు పట్టుకొని సుతారంగా లాగి ఇక ముగించు అన్నట్టుగా సైగలు చేసిండు.

వార్డు సభ్యుడు తన ఉపన్యాసం ముగించిండు. సభకు అధ్యక్షత వహించిన ఎస్సై లేచి మైకందుకున్నడు.

"మాట్లాడే వక్తలు సమయపాలన పాటించాలి. ఇంకా మన ప్రోగ్రాం చాలా ఉంది". అంటూ సర్పంచ్‌సాబ్ కేసి నవ్వుతూ చూసి మాట్లాడమని ఆహ్వానించాడు.

తెల్లటి కడక్ ఖద్దర్ బట్టలో ఉతికి ఆరేసినట్టుగా నీటుగా ఉన్నాడు సర్పంచ్. అయినా అతని మొఖంలో ఏదో గందరగోళం కనిపించింది. వేదిక మీదున్న వారిని సంబోదించి నేరుగా విషయంలోకి వచ్చాడు.

"మిత్రులారా నేను చెప్పేదేమి లేదు. ఒక్క విషయం మాత్రం మనవి చేయదలుచుకున్నాను. బొగ్గు గనుల కోసం మన గ్రామానికి సంబంధించిన భూములు సేకరించాలని ప్రభుత్వం అనుకుంటాంది. తరతరాలుగా మనం సాగుచేసుకున్న భూములను, మనకింత బతుకును ఇచ్చిన కన్నతల్లి లాంటి ఉన్న ఊరును వదలటం కష్టంగానే ఉంది. కాని ప్రభుత్వం దేశాభివృద్ధి కోసం బొగ్గు తవ్వకాలను ముమ్మురం చేయాలని తలిచింది. మనం ప్రభుత్వ ఆజ్ఞలను కాదనలేము. కాకుంటే మనకు ఇస్తామన్న నష్టపరిహారం విషయంలో కాని భూనిర్వాసితులకు

ఇచ్చే ఉద్యోగాల విషయంలో కాని న్యాయం జరుగాలని అందుకు పెద్దలంతా కృషిచేయాలని మాత్రం మనవి చేస్తున్నా" అంటూ ముక్తసరిగా ముగించిండు.

సర్పంచు ఇంకా ఏదో చెపుతాడని ఊహించిన సర్కిల్ ఆశాభంగం చెంది అసహనంగా కదిలిండు. ఎందుకంటే బొగ్గు గనుల కింద భూసేకరణ విషయమై పెద్దరాద్ధాంతమే జరుగుతున్నది. ఒకవైపు బొగ్గు గనుల విస్తరణను వ్యతిరేకిస్తూ ఉద్యమాలు వస్తున్నయి, అందుకు వాళ్ళుచూపే కారణాలు వారికున్నాయి. దాంతో భూసేకరణ కార్యక్రమం రెవెన్యూ డిపార్టుమెంటు నుండి పోలీసుశాఖకు బదిలి అయ్యింది.

పై అధికారులు నయానాభయానైనా భూసేకరణ చేపట్టాలని పోలీసు శాఖకు ఉత్తర్వులు ఇచ్చింది. ఇప్పటికి అనేక సమస్యలతో సతమతమౌతున్న పోలీసు వాళ్ళకు ఇది అదనపు భారమైంది.

పై అధికారులకేందీ, కూచున్న కాడినుంచి కదలకుండా ఎన్నెన్నో చెపుతారు కాని ఇది జనానికి సంబంధించిన సమస్య. పోని ప్రజాప్రతినిధులను కలుపుకొని ఏదైనా చేద్దమంటే వాళ్ళమో అంటి ముట్టనట్టుగా వ్యవహరించటం సర్కిల్‌కు నచ్చలేదు. ఇదంతా మా మెడకు చుట్టుకున్నదని అసహనం చెందాడు. కాని పైకి మాత్రం గంభీరంగా ఉండిపోయిండు.

సర్పంచ్ మాట్లాడటం ముగించగానే అంతవరదాక మౌనంగా ఉన్న జనంలో కదలిక మొదలైంది. కొంతమంది లేచిపోవటానికి సిద్దమైండు.

సభకు అధ్యక్షత వహించిన ఎస్పై లేచి మైకందుకున్నడు.

"సోదర సోదరిమణులారా! ఎవ్వరు లేవద్దు, ఇప్పుడు మన అందరం కలిసి ఊరేగింపు తీయాల్సి ఉంది." అంటూ ప్రకటించిండు.

"ఊరేగింపా ఎందుకంట" ఎవరో అసహనంగా గుణిగిండు.

"ఎందుకేమిటి మన ఊళ్ళెకు బొగ్గుబాయిలు రావాలని మనమంతా ఊరేగింపు తీయాలంట". విషయం తెలిసిన ఓ పెద్దమనిషి సమాధానంగా చెప్పిండు.

"ఆ బాగానే ఉంది. మనమెడకు మనమే ఉరితాడు బిగించుకొమ్మంటాండ్లు". అంటూ రామలింగు అసహనంగా లేచిండు.

అదిచూసి జవాను ఒకరు "ఎవరు లేవద్దు అందరు కూచోవాలి" అంటూ అరిచిండు.

ఆ మాటలేమి వినిపించుకోకుండా రామలింగు లేచిన కాన్నుంచి నడిచి ముందుకు వచ్చిండు.

"ఇందాకటి జవానుకు కోపం వచ్చి "ఏందయ్యా చెప్తాంటే వినిపించుకోవా? పోయి నీజాగల కుచోపో" అంటూ కసురుకున్నడు. "అరే ఏం కుసుండుడయ్యా. నాకడుపులంతా కళ్ళె పెళ్ళలాడుతాంది. నేను అర్జంటుగా పోవాలి". అంటూ జవాను మాట పట్టించుకోకుండా బయిటికి నడిచిండు రామలింగు.

ఎఱ్ఱటి ఎండ మొదలైంది. ఆడవాళ్ళనోదిక్కు మొగవాళ్ళనోదిక్కు కుప్పేసిండ్లు. పోరగాండ్లేమో ఇబ్బందిగా ఉండి అటుఇటు కదల సాగిండ్లు. బడిపిల్లలను అల్లరి చేయవద్దంటూ వాళ్ళ టీచర్ అదేపనిగా అరుస్తున్నడు.

పోలీసు వ్యాన్‌లో నుండి జవాన్లు ప్లకార్డులు, నినాదాలు రాసిన బ్యానర్లు పట్టుకొచ్చిండ్లు. ఇద్దరిద్దరేసి చొప్పున మొగవాళ్ళను, అటుతరువాత అడవాళ్ళను వరుసగా నిలబెట్టి మనిషికో ప్లకార్డులను చేతికిచ్చిండ్లు. ముందు వరుసన నిలుచున్న ఇద్దరు యువకులకు పెద్ద బ్యానర్ ఒకటి ఇచ్చి అందరికి కనపడేట్టుగా సర్దుబాటుచేసిండ్లు. అందులో ఇలా రాసి ఉంది.

'మాఊరికి బొగ్గుబావులు రావాలి మా బతకులు బాగుపడాలి.'

ఊరేగింపులో నిలుచున్న చాలమందికి చదువురాదు. దాంతో వాళ్ళు పట్టుకున్న ప్లకార్డుల్లో, బ్యానర్లలో ఏం రాసుందో తెలిసిందికాదు. ఏదో వాళ్ళు ఇచ్చారు కాబట్టి మేం పట్టుకున్నామన్నట్టుగా ఉంది వ్యవహారం.

మందిలో వెనుక వరుసలో నిలుచున్న భూదేవికి ఓ పోలీసు ఓ ప్లకార్డు ఇచ్చిండు. ఎటు అర్థంకాక భూదేవి ప్లకార్డు వైపు చూసింది. అటు పక్కనే కాపు రాజయ్య కొడుకు వీరయ్య కనిపిస్తే "ఇందులో ఏం రాసుందిబిడ్డా" అంది.

వీరయ్య ఒక్క క్షణం తటపటాయించి మెల్లగా ముందుకు వంగి గుసగుసలాడుతున్నట్టుగా "అభివృద్ధిని వ్యతిరేకించే సంఘ విద్రోహ శక్తులారా ఖబడ్దార్ అని రాసి ఉంది". అన్నాడు.

"సంఘ విద్రోహ శక్తులా, వాళ్ళెవరు" అంది అమాయకంగా భూదేవి.

మరో మార్తైతే వీరయ్య ఏం చెప్పేవాడోకాని అప్పుడు మాత్రం నాకెందుకొచ్చిన తంటా అన్నట్టుగా భూదేవి మాటలు పట్టించుకోకుండా సరసరా ముందుకు కదలి ఊరేగింపులో కలిసిండు.

భూదేవి ఊరేగింపులో పోతుంది కాని మనసు మనసులోలేదు.

నిజంగానే గ్రామంలోకి బొగ్గుబాయిలు వస్తే బతుకులు బాగుపడ్తయా? ఇప్పటికి బొగ్గు గనులకింద వందలాది గ్రామాలు తుడిచిపెట్టుకపోయినయి. అందులో ఎంతమంది బాగుపడ్డరు. ఎంతమంది బతుకు దెరవు వెతుక్కుంటూ ఊళ్ళు విడిచిపోయిండ్లు. తన కండ్ల ముందే పదివేల మంది నివసించే మేజర్ గ్రామపంచాయితీ వెంట్రావ్ పల్లె పరిస్థితి ఏమైంది. ఒకప్పుడు జనంతో కిటకిటలాడిన ఊరు ఇవ్వాళ మచ్చుకైనా ఆనవాలు లేకుండా పోయింది. మారెడుపాక ఊరెటు పోయింది. మారెడుపాక చెరువు ఎంతపెద్ద చెరువు. ఎండకాలంలో కూడా చెర్ల నీళ్ళెండిపోయేటికావు ఇప్పుడక్కడంతా మట్టిదిబ్బలు.

"ఏయ్ ఏయ్ అందరు గట్టిగా అనాలి". అంటూ జవాను ఒకరు అటుఇటు తిరుక్కుంటూ హెచ్చరికలు చేస్తాండు. బడిపిల్లలు పాఠాలు అప్ప జెప్పినంటుగా గొంతులు చించుకుంటాండ్లు.

"ఖబడ్దార్ ఖబడ్దార్ అభివృద్ధి నిరోధకులారా ఖబడ్దార్" సివిల్ డ్రెస్‌లో ఉన్న పోలీసు ఒకరు మెడ నరాలు ఉబ్బిపోంగా పెద్దగా అరుస్తున్నడు. మిగితా వాళ్ళు వంత పాడుతున్నరు.

"మా ఊరికి బొగ్గుబాయిలు రావాలి" అంటూ ఒకడు అరిస్తే మిగితా వాళ్ళు "మా బతుకులు బాగుపడాలి" అంటూ అరవసాగిండ్లు.

నినాదాల హోరెత్తుతున్నది. జనంకంటే కూడా, సభ నిర్వాహించటానికి వచ్చిన పోలీసులే ఎక్కువగా ఉన్నారు. వాళ్ళ పదగట్టనలతో వీధుల్లో దుమ్మురేగుతున్నది. ఊరేగింపు ముందు బాగానే నడుస్తున్న సర్కిల్ సర్పంచుతో ఏదో మాట్లాడుతు నినాదాలు కాస్త నెమ్మదించేసరికి మధ్యమధ్య వెనక్కి చూస్తూ కను బొమ్మలతోనే హుకుం జారిచేస్తున్నడు. అది చూసి జవాన్లు మరింత గొంతులు చించుకున్నారు.

ఊరిలోని నాలుగు పానాదుల కాడ, ఊరిపోచమ్మ రాలచెట్టు నీడకాడికి వచ్చిన తరువాత ఊరేగింపును అపిండ్లు.

ఎస్సై అందరి ముందుకొచ్చి "మన ఊరేగింపు ఇంతటితో ముగిసిపోలేదు. మనం అందరికి అందరం మండలాఫీసు కాడికి పోయి మండలాఫీసులో మేమరండం ఇవ్వాల్సి ఉంటుంది. అటు తరువాత ఎవరి సక్కివాళ్ళు పోవచ్చు". అంటూ అరిచిండు. జనంలో గుసగుసలు మొదలైనవి. "ఏందీ తంటా, కాదు కూడదంటే పోలీసోళ్ళాయే, పోలీసోళ్ళు ఇంటిముందు కొచ్చి రమ్మంటే వస్తిమి నోట్లో నీళ్ళయినా పోయకపోతిమి మండలాఫీసుకు పోవాలంటే ఇక్కడా అక్కడా ఏడు మైళ్ళు నడవాలి". అసహనంగా గుణిగిండో రైతు.

"మెడకు పడ్డపాము" అంటూ నర్మగర్భితంగా అన్నాడు మరొకరు.

"బొగ్గు బాయిలు వస్తె ఊరు బాగుపడ్తదంటా, బొగ్గుబాయిలు వచ్చి ఏ ఊరు బాగుపడ్డది".

ఎవరికి తోచింది వాళ్ళు మాట్లాడుకుంటాండ్లు. ఎవరికి సమజు అయితలేదు. అంతదూరం పోవుడా వద్దా అంటూ చాలామంది ఎనకముందాడసాగిండ్లు.

"ఎవరు పోవటానికి వీళ్ళేదు అందరికి అందరు మండలాఫీసుకు రావాల్సిందే" ఎస్సై గొంతులో అప్పటిదాకా అణచుకున్న అధికారం పలికింది.

దాంతో ఊరేగింపు నుండి ఎట్లా తప్పుకుందామా అని వెనుకముందాడిన వాళ్ళుకూడా ఏం చెయ్యలేక నిస్సహాయంగా నిలబడి పోయిండ్లు.

సరిగ్గా ఆ సమయంలోనే రామలచ్చక్క కోడలు మాణిక్యం "అయ్యా నేను పోవాలి. ఇంటికాడ పసి పిల్లను వదిలివచ్చిన" అంది.

"అదేమి లేదు అందరు ఉండాల్సిందే" జవాను ఒకడు అడ్డుచెప్పిండు.

రామలచ్చక్క కోడలు మూన్నెల్ల బాలింత, ఇంటి ముందుకు వచ్చిన పోలీసోల్లు దాన్ని కూడా వదలకుండా పొద్దుపొద్దున్నే బలవంతంగా తోలుకొని వచ్చిండ్లు. వచ్చి అప్పటికి నాల్గు గంటలయిపాయే. ఇంటికాడ మామ ఉన్నడు కాని ఆయన ముసలాయెన మంచం నుండి లేవలేడు. పైగా కండ్లు సరిగా కనిపించవు. దాంతో మాణిక్యం ఎటు తోసక బిడ్డ జ్ఞాపకానికి వచ్చి కండ్ల పొంటి నీళ్ళచ్చినయి.

అదిచూసి భూదేవికి కోపం ఆగలేదు. "ఇదేం పాపమయ్యా బాలింతను పిల్లకు పాలియ్యటానికి కూడా వదలరా, గిటువంటోళ్ళు మమ్ముల్ని బాగుచేస్తమని వచ్చిండ్లా". అంటూ జవాను మీదికి గయ్యిమని లేచింది.

ఆ మాటలకు జవాన్‌కు రోషం పొడుచుకొచ్చి "ఏయ్ ముసల్దానా ఏందో బాగా మాట్లాడతానవు. ఒక్కటిచ్చుకుంటే రోగం కుదరుద్దీ" అంటూ లాఠి గాల్లో ఆడించిండు.

"ఏం కొడ్తవా కొట్టు చూద్దాం". అంటూ భూదేవి జవాను ముందుకు వచ్చింది.

జవాను కోపంతో ఒక్కటి అందుకునేటోడే కాని అంతలోనే ఎస్సై వ్యవహారం చెడతున్నట్టున్నదనుకొని "ఏయ్ ఫోర్‌నాట్ టూ ఆగు" అంటు అరిచి పరుగున అక్కడికి వచ్చిండు. లొల్లిసంగతి తెల్సుకొని "పోనియ్యవయ్యా ఆమెను పోనియ్ ఇంటికాడ పసిపిల్ల ఉంటే ఎట్లా అపుతాం". అంటూ శాంతపరిచిండు.

అది కనిపెట్టి మంగలి ఎంకటి "అయ్య నాకు మోకాల్లనొప్పులు అంతదూరం నడువలేను" అంటూ నసిగిండు.

"అదేం కుదరదయ్యా అందరికి అందరు ఇట్లా జారుకుంటే ఎట్లా, ఇదంతా మీ కోసమోకదా!" అన్నాడు ఎస్సై శాంతంగా. ఇంకా ఎక్కువ ఆలస్యం చేస్తే అందరికి అందరు జారుకునెట్టున్నదని "పోనియ్యండి పోనియ్యండి" అంటూ తొందరచేసిండు. సర్కిల్‌కు అదే భాగనిపించింది. ఏ భావం బయటపడకుండా సర్కిల్ వెంటనడిచిండు సర్పంచ్.

ఊరేగింపు మళ్ళీ కదిలింది. నినాదాలు మళ్ళీ మొదలైనవి.

ఊరేగింపు ఊళ్ళోకి పోయే మట్టిబాటదాటి రోడ్డు మీదికి వచ్చింది. అంతవరదాక వారితో నడిచి వచ్చిన సర్కిల్ రోడ్డుమీద కాసేపు ఆగి ఊరేగింపు ముందుకు పోయేంత వరకు వేచి ఉండి, అటుతరువాత సర్పంచుతో సహా జీబు ఎక్కిండు.

జీబులో కూచున్న సర్కిల్‌కు అసహనంగా ఉంది. సిగరెట్టు తీసి ముట్టించుకొని గప్పుగప్పున రెండు దమ్ములులాగి, గాలికి పోయే కంపను మానెత్తికి చుట్టిండ్లు. జనంతో వ్యవహారమంటే కంపను కదలిచ్చినట్టె. వాళ్ళుపైన ఉండి హుకుం జారిచేస్తరు. ఇక్కడ సంగతులేమి వాళ్ళకు తెల్వదు. జనం అడిగే ప్రశ్నలకు ఏం జవాబు చెపుతామండి, కంపిని గట్లనే ఉన్నది గవర్నమెంటు గట్లనే ఉన్నది ఓపెన్ కాస్టు గనులు వద్దంటూ ఊళ్ళపొంటి లొల్లిలు మొదలైన తరువాత ఇది ఎటు తిర్గి ఎటుదారి తీస్తదోనని పెద్ద పెద్దొళ్ళకు రంది తాకింది. వచ్చే నెలలోనో ఆపై నెలలోనో పబ్లిక్ ఇయరింగ్ ఉందంట. ఆ లోపున గ్రామస్తుల నుండి ఎటువంటి

వ్యతిరేకత రావద్దు. అందుకు ఏం చేస్తరో చేయండి అంటాండ్లు". అంటూ మనసులో బాధను బయటికి కక్కిండు.

సర్పంచు తలాడించుకుంటూ "ఏదో జరుగుతుంది ఎక్కడో నిర్ణయాలు జరుగుతయి. దాన్ని అమలుచేసేది ఒకరు, బాధపడేది మరొకరు" అన్నాడు.

సర్కిల్‌కు సర్పంచు మాటలేమి అర్థంకాలేదు.

"అయినా మేం ఒక్కలం ఏం చేస్తాం చెప్పండి. మీలాంటి ప్రజాప్రతినిధులు అంటి ముట్టనట్టుగా ఉంటే" అన్నాడు.

సర్కిల్ ఎత్తిపొడుపు మాటలను అర్థంచేసుకోలేని అమాయకుడేమికాదు సర్పంచు.

"అయ్యా, మీ పరిస్థితి వేరు మా పరిస్థితి వేరు. మీరు ఏదైనా అంతసాపు, మా పరిస్థితి అట్లాకాదు కదా! చివరికి వచ్చేసరికి మీరు బాగానే ఉంటారు. అటు తిర్గి ఇటు తిర్గి ఉత్త బొక్కలకు కొండ్రిగాడు దెబ్బలు తిన్నట్టుగా ఉంటుంది మా పరిస్థితి".

ఊరేగింపు దూరంగా సాగిపోయి రోడ్డు మలుపుతిర్గింది. చూసి, సర్కిల్ "పదండి మనం పోదాం" అంటూ డ్రెయివర్‌ను జీబు స్టార్టు చేయమన్నట్టుగా చెయ్యి ఆడించిండు.

జీబు అడ్డదారిన మండలాఫీసుకు బయలుదేరింది.

మండలాఫీసుకు ఊరేగింపు చేరుకునే సరికి పొద్దు వంగింది. ఊరేగింపులో వచ్చిన జనాలకి కక్కలేక మింగలేని పరిస్థితి ఏర్పడింది. బడిపిల్లల పరిస్థితి మరీ అద్వాన్నంగా ఉంది. మొదట ఏదో ఉత్సాహంగా ఉన్న పిల్లలు నీరసించి సోడసోడలు పోసాగిండ్లు.

ఊరేగింపు వస్తుందనే సమాచారం ముందే ఉండటం వల్ల మండలాదికారి పొద్దటినుండి వీరికోసం వేచిచూస్తుండిపోయిండు. ఊరేగింపుకు నాయకత్వం వహించిన స్థానిక యస్సై ఇంకా ఎక్కువ ఆలస్యం చేయకుండా మెమరండాం ఇచ్చే కార్యక్రమాన్ని వేగిరపరిచిండు.

కొద్దిసేపు నినాదాలు ఇప్పించి మండలాధికారికి మెమరాండం ఇచ్చే కార్యక్రమాన్ని ముగించి మొత్తానికైతే పై అధికారులు నిర్దేసించిన కార్యక్రమం సజావుగా జరిగినందుకు సంతృప్తి చెందిండు సర్కిల్.

4

“మల్లేశం లేడానే పెద్దవ్వ” అంటూ వెంకటేశం వచ్చిండు.

భూదేవికి వెంకటేశంను చూస్తే కడుపు నిండయితది. చిన్నపిల్లవాని తీరుగా నిండుగా నవ్వుకుంటూ ఆప్యాయంగా పలుకరిస్తడు. కలుపుగోలు మనిషి, అందరి కష్టాలు నావే అంటాడు.

“ఏమో బిడ్డా అప్పుడనంగా పోయిండు. ఎటు పోయిండో ఏమో అంటూ బదులిచ్చింది.

పొద్దు వంగింది. సందెచీకట్లు అలుముకొంటున్నయి. భూదేవి లేచి దీపం ముట్టించింది. బుగ్గదీపం మసి కొట్టుకపోయి ఉంటే గుడ్డతోని తుడిచింది.

వెంకటేశం వచ్చి నింపాదిగా అరుగు గద్దె మీద కూచున్నడు. వెంకటేశం తరుచుగా మల్లేశం కోసం రావటం అరుగుల మీద కూచొని గంటల కొద్ది ముచ్చట్లు పెట్టుకోవటం భూదేవి ఎరిగున్న విషయమే. మల్లేశం వెంకటేశం ఇద్దరు ప్రాణాప్రాణంగా తిరుగుతరు.

“అదికాదే పెద్దవ్వ మొన్న పోలీసోళ్ళు మన ఊరికి బొగ్గు బావులు రావాలని జులూస్ తీసిండ్లు కదా దాని గురించి ఏమనుకుంటాండ్లే” అంటూ అడిగిండు.

ఆ విషయం గుర్తుకొచ్చి సరికి భూదేవికి ఎందుకో కోపం వచ్చింది. ఆనాటి నుండి కూడా భూదేవికి మనసుల మనసు ఉంటలేదు. “అది కాదు బిడ్డా భూములు

పోతే ఊరెమి కావాలే బతుకెట్లా ఎల్లుతది" అంది. చేతిలో ఉన్నదీపం వెలుగులో ముడతలుపడ్డ మొఖం ప్రశ్నార్థకంగా మారింది.

అట్లైవలు ఆలోచిస్తాండ్లు. భూములకింద కంపినిలో కొలువు ఇస్తరని సంబరపడేటోళ్ళు సంబర పడుతాండ్లు అన్నాడు సాలోచనగా.

"నిజమే బిడ్డా భూములు పోయినోళ్ళకు కంపినిల కొలువు ఇస్తరనే అనుకుందాం. కాని మన ఊర్లె ఎంతమందికి భూములున్నాయి. ఊర్లె సగం భూములు రాఘవరావు దొరవేనాయే. ఏదో ఒకరిద్దరికి పాతిక ముప్పయి ఎకరాలున్నాయి. మిగితా వాళ్ళంతా చిన్నకారు సన్నకారు రైతులేనాయే. అయినా వాళ్ళు మాత్రం ఎంత మంది ఉన్నరని. అంత తిప్పికొడితే రూపాయికి పావుమంది లేరు. మిగతా సబ్బన్న వర్ణాల వారిలో ఏ కొద్ది మందికో ఎకరం రెండు ఎకరాలున్నాయి కాని ఊళ్ళో సగం మందికి ఏ భూమి లేకపాయే. వాళ్ళ బతుకు ఏం కావాలి".

"అదెవలు ఆలోచిస్తలేరు". అన్నాడు వెంకటేశం.

అయినా పెద్దవ్వ బొగ్గు గనుల కింది భూములు తీసుకున్న వాళ్ళకు కూడా ఇప్పుడైతే ఉద్యోగాలు ఇస్తామని చెప్పనయితే చెప్పుతాండ్లు కాని కంపిని ఆ మాట మీద నిలబడుతుందన్న నమ్మకమైతే లేదు".

"ఇది మరీ అన్యాయం" అంది.

"అన్యాయమే, గతంలో భూములు పోయినవాళ్ళకు ఇంటికో ఉద్యోగం ఇచ్చింది నిజమేకాని ఇప్పుడా పరిస్థితి లేదు.మారిపోయింది. ఇదివరకైతే బొగ్గు బాయిలల్ల మనుషులు పనిచేసేవాళ్ళు. ఇప్పుడు మనుషుల బదులు యంత్రాలు వచ్చినయి. కాంట్రాక్టర్లు వచ్చిండ్లు, ఉన్న కార్మికులే ఎక్కువైతాండ్లని వాళ్ళను ఏదో రూపంలో తీసేస్తాండ్లు". అంటూ వెంకటేశం చెప్పుకొచ్చిండు.

గాలి విసురుకు దీపం రెపరెపలాడింది. దీపంలాగే భూదేవి మనసు కొట్టుకున్నది. ఇటు భూమి పోయి, అటు ఉద్యోగం రాక ఎట్లా బతుకుతరు అనుకుంది.

"మరి పోలీసోళ్ళెమో గట్ల చెప్పబట్టిరి, వాళ్ళు చెప్పేదంతా అబద్ధమేనా" అంది.

"వాళ్ళు చెప్పిండ్లంటే చెపుతరు వాళ్ళు అట్లా చెప్పకుంటే ఇంకేమి చెపుతరు". అంటూ గాఢంగా నిట్టూర్చిండు.

"అదంతా ఎందుకు నిన్న మొన్నటి సంగతే చూడు. మొన్న భూపాల్‌పల్లిలో గిట్లనే చెప్పిండ్లు. ఇక ఉద్యోగాలు ఇచ్చేకాడికి వచ్చేసరికి ఉత్త చెయ్యిచూపింది కంపిని, భూములుపోయి బతుకుపోయి రెక్కలు తెగిన పక్షుల లెక్క అల్లల్లాడుతాండ్లు. చెప్పెదానికి చేసేదానికి పొంతన ఉంటలేదు".

"కాని సర్పంచు కూడా అదె చెపుతాండు కదా!"

"ఆయన కూడా అంతేమరి, మొన్న కూలినాలి జనమంతా పడావు పడ్డ ఆయన భూముల్ల ఎర్రజెండాలు పాతేసరికి, ఏడికైతే ఆడికి ఉన్నకాడికి అమ్ముకోవాలని చూస్తాండు. అయినా ఎనకటి వాళ్ళ అయ్య లెక్కన వ్యవసాయం ఎక్కడ చేస్తాండ్లు. సారామాములాలు, కల్లు మాములాలు పట్టి రెండు చేతుల సంపాదిస్తాండు. దానికితోడు ఈ మధ్య కాంగ్రెసు పార్టీలో జిల్లా నాయకుడైండు. రేపోమాపో ఎమెల్యేగా పోటి చేస్తాడంటాండ్లు" అని క్షణమాగి "పోటిచేసిన చెయ్యచ్చు, అంత దమ్ము దస్కం ఆయనకుంది" అన్నాడు.

వెంకటేశం ఇంకా ఏదో మాట్లాడేవాడే కాని మల్లేశం రావటం చూసి మాటాపిండు.

"ఎంతసేపయిందే వచ్చి" అన్నాడు మల్లేశం పరిచయపూర్వకంగా నవ్వుతూ.

"చాలాసేపే అయినట్టుంది, అవ్వతోని మాట్లాడుతాంటి టైమే తెలియలేదు". బదులిచ్చిండు వెంకటేశం.

ఇద్దరికిద్దరు మళ్ళ బయటికి పోవటానికి తయారు అవుతుంటే, చూసిన భూదేవి "ఏందిరా ఎప్పుడో అనంగా పోతివి. మళ్ళి ఎటో పోతనవు అన్నం అయితాంది తినిపోరాదురా" అంది.

"మల్లేశం ఆ మాటలేమి విన్పించు కోకుండా "మల్లచ్చి తింటాలే" అంటూ వెంకటేశంతో కలిసి బయటికి నడిచిండు. అప్పటికి చిక్కగా అలుముకున్న చీకట్లో కలిసిపోయిండ్లు.

ఆమె మనసు చివుక్కుమంది. చిన్నకొడుకు మల్లేశం గురించి ఆందోళన, ఆలోచనలు చుట్టు ముట్టాయి. వాడు ఎక్కడ స్థిరంగా పని చేసింది లేదు. ప్రతిచోట ఏదో అవాంతరం రాద్ధాంతం. ఎంతో బ్రతిమిలాడి రాఘవదొర కల్లుమామూలాల్లు పనికి పెడ్తె అక్కడా అదే లొల్లి.

కాలరీ ప్రాంతంలో మద్యపాన వ్యతిరేక పోరాటం మొదలైంది. లెక్కకుమించి వాడవాడన వెలిసిన సారా దుకాన్లు కల్లుపాకలు కార్మికుల మూల్గుల్ని పీల్చింది. తాగుబోతులుగా మారిన వారి కుటుంబాలు తీవ్ర ఇబ్బందుల పాలై చితికి పోయినయి.

ఆ రోజులు తలుచుకునే సరికి భూదేవి మళ్ళీ భయం పట్టుకున్నది. ఊరి మొదట ఉన్న సారా ఆందోళనకారులు తగలబెట్టిన రాత్రి పోలీసులు మల్లేశం కోసం ఇంటిమీదికి వచ్చి నానాయాగి చేసింది గుర్తుకొచ్చింది.

ఒక రోజున "ఎందుకు బిడ్డామనకెందుకు ఈ లొల్లిలు" అంటే మల్లేశం వినిపించుకోలేదు.

"ఎందుకేమిటి సారా, కల్తీకల్లు ఎన్ని కుటుంబాలను నాశనం చేసింది. ఇంకా ఎన్ని కుటుంబాలను నాశనం చేస్తుందో ఇంకా ఎంత కాలం భరిస్తారు". అంటు ఎదురుతిరిగిండు.

"ఎవరో ఏదో అయితాండ్లని మనకెందుకురా" అంటే

"అందరు అట్లా అనుకోబట్టే వాళ్ళ దుర్మార్గాలు సాగుతానయి. రాజీరు మామ ఎట్లా సచ్చిండు. కల్తీ కల్లు తాగి సావలేదా! అది మనకెందుకు అనుకోబట్టి కదా!" అన్నాడు.

మల్లేశం రాజీరు పేరెత్తేసరికి భూదేవి మనసు ద్రవించింది. రాజీరు స్వయనా ఆడబిడ్డ కనకలక్ష్మి భర్త. కూలినాలి చేసుకొని బతికేవాడు, ఎట్లా అలవాటు అయిందో తాగుడు అలవాటయింది, అదికాస్త ముదిరిపోయి తాగుకుంటే ఉండలేని పరిస్థితి వచ్చింది. చివరికి తాగి తాగి ఖార్జాలు కరాబు అయిపోయి సచ్చిపోయిండు. ముగ్గురు పిల్లలతోని కనకలక్ష్మి బతకటానికి అరిగోస పడ్తాంది. అయినా ఆమె మనసు కొడుకు పట్ల ఆందోళన చెందింది.

"అదంతా నిజమేరా కాని నీ ఒక్కనితోని ఏమైతది" అంది.

మల్లేశం తల్లివైపు విచిత్రంగా చూసిండు. "మనం చేసేది న్యాయమైనప్పుడు ఒక్కరా ఇద్దరా అన్నది కాదు. సమస్య ఎక్కడో ఒక చోట మొదలు కావాలి". అంటూ బదులిచ్చిండు.

మాటలతో వాన్ని గెలువటం కష్టమని ఆమెకు తెలియంది కాదు. "ఇంతనాశనం చేస్తాంటే ప్రభుత్వం ఏం చేస్తున్నట్టు" అంది.

"ప్రభుత్వమా" అంటూ మల్లేశం పెద్దగా నవ్విండు. "అసలు దొంగ ప్రభుత్వమే, ప్రభుత్వం అండదండలు లేకుండా ఇంత కల్తీ సారా, కల్తీ కల్లు ఏరులై పారేదా!" అన్నాడు.

మళ్ళీ తనే "అమ్మా నేను కల్లు డిపోల పనిచేసినప్పుడు మంథిని, రచ్చబండ, మైదంబండ నుండి వ్యాన్ల పది పదిహేను క్యాన్లల్ల కల్లు తెచ్చెటోళ్లు, ఇక వాటితోనే మొత్తం గోదావరిఖనిలో అమ్ముడయ్యే కల్తీ కల్లు తయారుచేసేది. పెద్ద పెద్ద తొట్లల్ల ఒకొక్క క్యాన్ పోసి, వందల బిందల నీళ్ళు కలిపి, కుక్కల ముందువేసి కస్సరపిస్సర కలిపి తయారుచేస్తరు. ఎటువంటి మొనగాడైనా రెండు సీసాలు తాగితే కాళ్ళు వంకర్లు పోవాల్సిందే" అన్నాడు చేతులుతిప్పుతు.

"అయినా ఎవడు తాగమంటాండ్లు? ఎందుకు తాగాలి? ఎందుకు నాశనం కావాలి?" భూదేవి కోపానికి వచ్చింది.

అమ్మకోపం చూసి మల్లేశంకు నవ్వాగలేదు. "నిజమేనే అమ్మా, ఎవడు తాగమంటాండ్లో తాగేటోళ్ళను అడుగు వాళ్లేమి చెపుతరో"

"వాళ్ళను అడిగేదేముంది బాగా బలిసి తాగుతాండ్లు, పెండ్లం పిల్లల సోయిలేక తాగుతాండ్లు" అంది.

"అవును, బలిసే తాగుతాండ్లు. తిండిలేక బలిసిండ్లు. చేసేందుకు పనులు లేక బలిసిండ్లు. కూలి గిట్టక బలిసిండ్లు. రెక్కలు ముక్కలు చేసుకుంటూ తిండికి వెల్లక బతికే వాళ్ళె తాగుబోతులు అవుడు ఏంది? తాగి తాగిచావటం ఏంది?" అంటూ నింపాదిగ్గా ఎదురు ప్రశ్నించిండు.

"తాగుడుకు పేదోడు ఉన్నోడన్న తేడాలేమి లేవు. ఎంతమంది కూలినాలి చేసుకుంటూ చక్కగా బతకటం లేదు. కష్టపడే వాళ్ళంతా తాగుబోతులు కావాలని ఏమన్నా ఉందా" అంది భూదేవి ఉక్రోషంగా.

"నిజమే కాయకష్టం చేసే వాళ్ళంతా తాగుబోతులు కాకపోవచ్చుకాని, తాగుబోతులుగా మారే వారిలో ఎక్కువ శాతం కాయకష్టం చేసేవాళ్లే. ఉదాహరణకు హమాలీలు, రిక్షా కార్మికులు చివరికి బాయిపని చేసేవాళ్లు. ఎక్కడ మొద్దుకష్టంచేస్తూ బతుకు ఎళ్ళకుండా పోతుందో అక్కడ తాగుబోతుతనం ఎక్కువగా ఉంది. తాగుడుకు కష్టానికి సంబంధం ఉంది. అలసట మరిచిపోవటానికి, ఎంత కష్టపడ్డా చాలీచాలని బతుకు భారాన్ని మరిచి పోవడానికి వాళ్ళకున్న ఒకేఒక్క దగ్గర దారి మత్తు.

చివరికి ఆ మత్తే వాళ్ళ జీవితాన్ని నాశనం చేస్తుంది. ఈ బలహీనతను ఆసరాగా చేసుకొని ప్రభుత్వం, కంట్రాక్టర్లు అక్రమంగా డబ్బు సంపాదిస్తున్నరు. ఇట్లా అక్రమంగా డబ్బు సంపాదించటమేకాదు. తాగుడు ప్రజలను ఆలోచించకుండా చేస్తుంది. తద్వారా తమ అరాచకాలను యధేచ్ఛగా కొనసాగిస్తున్నాయి" అన్నాడు.

మల్లేశం మాటలు అర్థమై అర్థం కానట్టుగా అన్పించింది. ఒకప్పుడు పూటుగా తాగి సోయి సొక్కులేకుండా రోడ్లమీద పడ్డ వాడేనా ఈ మాటలు అంటున్నది అని ఆశ్చర్యపోయింది.

ఏమైతేనేమి కొడుకులో వస్తున్న మార్పును ఆమె కని పెట్టింది. ఇది వరకటి దొస్తానులన్ని మారిపోయినవి. వెంకటేశం వంటి కొత్త దోస్తులు కుదిరిండు. అంతపొంతులేని చర్చలు, ఆలోచనలు, యవ్వనోద్రేకం ఉప్పొంగి పోగా సమాజానికి ఏదో చేయాలన్న వాళ్ళ ఆరాటాన్ని ఆమె కనిపెట్టకపోలేదు. ఎన్నడు లేనిది ఏవో ఏవో పుస్తకాలు తెచ్చుకొని దీపపు వెలుగులో రాత్రి పొద్దు పోయేవరకు చదవటం అమెకు ఆశ్చర్యం కల్గించేది. కొడుకులో, వస్తున్న మార్పును చూసి ఆమెకు ఒకింత సంతోషం కల్గింది. కాని అదే సమయంలో మంచి వాళ్లకు స్థానంలేని దుర్మార్గం తలుచుకొని భీతిల్లేది. అయినా తను చెయ్యగలగిందేముంది. అంతా భగవంతుని మీద భారంవేసి ఎట్లా జరుగనున్నదో అట్లా జరుగక మానదు అని తనకు తాను సమాధానం చెప్పుకుంది.

దూబగుంట మద్యపాన వ్యతిరేక పోరాటం కంటే ముందే కోల్‌బెల్టు ప్రాంతంలో మద్యపాన వ్యతిరేక పోరాటం లేచింది. గని కార్మికులు సంపాదించే వేతనంలో మూడవవంతు సారాకొట్లు, బ్రాండి షాపులే కాజేస్తున్నాయి. అక్రమ సారా వ్యాపారం కల్తి సారా ఎక్సయిజ్‌వాళ్ళ అండదండలతో ఏరులై పారుతుంది. అధిక ధరలకు మద్యం అమ్మకాలు సాగిస్తూ కార్మికుల మూల్గుల్ని పీల్చుతున్నారు.

ఈ నేపధ్యంలోనే కోల్‌బెల్టులో మద్యపాన వ్యతిరేక పోరాటం పెల్లుబికింది. అయితే ఈ పోరాటాన్ని అప్పుడు రాష్ట్రంలో అధికారంలో ఉన్న గాంధేయ కాంగ్రెసు పార్టీ వాళ్ళు క్రూరంగా అణిచివేసిండ్లు. పోలీసు స్టేషన్ల సారాకొట్లుగా మార్చి తుపాకి నీడలో సారా అమ్మకాలు సాగించారు. ఉద్యమాన్ని క్రూరంగా అణిచి వేసారు. ఉద్యమకారులను పట్టుకొని ఎన్‌కౌంటర్ల పేరుమీద హత్యలు చేసారు. వందలాది మందిని అరెస్టులు, చిత్రహింసలతో మద్యపాన వ్యతిరేక పోరాటాన్ని అణిచివేసారు.

ఈ నేపథ్యంలోనే మల్లేశంను పోలీసులు అరెస్టు చేసి జైలు పాలుచేసారు. కొడుకును విడిచిపించు కోవటానికి భూదేవి నానాకష్టాలు పడాల్సివచ్చింది. అయినా మల్లేశంలో మార్పేమిరాలేదు.

❄ ❄ ❄ ❄

గోదావరిఖని పారిశ్రామిక ప్రాంతంలో ఒక్క సారా పోరాటమే కాదు, అనేక పోరాటాలు పెల్లుబికినయి. జాతీయ కార్మిక సంఘాలు ఏండ్లకు ఏండ్లుగా కార్మికుల సమస్యలు పట్టించుకోకపోవటం, ట్రేడ్ యూనియన్స్ కాస్త ట్రేడ్ నిర్వహించే సంస్థలుగా మారిపోవటం. కార్మిక సంఘాల నాయకులు ఫక్తు పైరవికారులుగా మారిపోవటం, ప్రతి పనికి నిర్ణీత మొత్తంలో కార్మికులనుండి లంచాలు వసూలుచేయటం, వంటివి సర్వ సాధారణమైపోయింది. ఇందుకు కాంగ్రెసు, వామపక్ష సంఘాలంటూ తేడాలేకుండా పోయింది. ఎమర్జెన్సీ నాటికి ఈ పరిస్థితి మరింత దిగజారిపోయి ఒక నూతన వెల్లువ సృష్టి జరుగటానికి నేపథ్యాన్ని సృష్టించింది.

ఆ వెల్లువే విప్లవ కార్మిక సంఘాల ఆవిర్భావంతో కార్మిక పోరాటాల్లో ఒక నూతన ఒరవడిని సృష్టించింది. నేలకేసి కొట్టిన బంతిపైకి ఎగిసినట్టు కార్మికుల పోరాటాలు పెల్లుబికాయి. కార్మికులు తమ సమస్యల మీద తామే స్వచ్ఛంధంగా కదిలి విప్లవకార్మిక సంఘాల నాయకత్వంలో సమ్మె పోరాటాలు పెద్ద ఎత్తున నిర్వహించారు.

కాళ్ళకింద దుమ్ము కంట్లో పడ్డట్టుగా మేనేజుమెంటు జాతీయ కార్మిక సంఘాల నాయకులకు, రాజకీయ నాయకులకు మింగుడు పడని పరిస్థితి ఏర్పడింది. పారిశ్రామిక ప్రాంతంలో కార్మికులేకాదు, విద్యార్థి యువజన సంఘాలు బలపడి వారి వారి సమస్యలపైనే కాకుండా, సామాజిక సమస్యల మీద కూడా పెద్ద ఎత్తున ఉద్యమించటం ప్రభుత్వానికి మింగుడు పడలేదు. క్రమంగా ఉద్యమకారులపై ప్రభుత్వం దమన కాండ మొదలుపెట్టింది. అరెస్టులు అక్రమ కేసులతో మొదలైన అణిచివేత ఉద్యమకారులను బూటకపు ఎన్‌కౌంటర్ల పేర కాల్చివేసే స్థితికి చేరుకున్నది.

భూదేవికి ఈ పరిణామాలన్ని భయం గొల్పాయి. "ఎందుకొచ్చిందిరా మనకు" అంటూ చాలాసార్లు మల్లేశంను దారిలో పెట్టాలని చూసింది కాని లాభం లేకుండా పోయింది. మల్లేశం తల్లి మాటను ఎప్పుడూ లెక్కచేసేవాడు కాదు. దాంతో ఆమె

కొడుక్కి ఏమైతదో అని బాధ వెంటాడేది. 'వాని అయ్యలాగే వాడు మొండి' అనుకునేది. ఆయన అంతే, తనకు ఏదీ మంచి అన్పిస్తే అదే చేసేవాడు. అచ్చం అయ్యపోలికే అనుకుంది.

"లాభంలేదు వీన్ని దారిలోకి తేవాలంటే పెండ్లి చెయ్యాలి". అనుకుంది. అట్లా అనుకునేసరికి మనసుకాస్త కుదుట పడ్డది.

❄ ❄ ❄ ❄

భూదేవి మల్లేశంకు పెండ్లి ప్రయత్నాలు ప్రారంభించింది. తెలిసిన వాళ్ళందరికి సంబందం చూడమని చెప్పింది.

ఓరోజు దూరపు బంధువు, అన్న వరుసైన మల్లయ్య, చెన్నూరు నుంచి వచ్చిండు. ఎప్పుడు రాందీ మల్లన్న వచ్చేసరికి భూదేవికి సంతోషం కల్గింది. ఆ మాట ఈ మాట ఆయిన తరువాత మల్లయ్య తను వచ్చిన సంగతి చెప్పిండు.

"అక్కా మనం మనం కావల్సిన వాళ్ళం. మొన్న పనిబడి నిల్వాయికి పోతే తమ్ముడు కల్సి చెప్పిండు. మల్లేశంకు సంబందం చూస్తాడ్లంటకాదా! ఆ పనిమీదే వచ్చిన" అన్నాడు.

సంబందం ప్రస్థావన వచ్చేసరికి భూదేవికి సంతోషం కల్గింది. "ఎవల పిల్ల" అంది.

"ఎవలు ఎక్కడిదే. మా తమ్ముడు కొమురయ్య రెండోబిడ్డ. నువ్వు ఎప్పుడో చిన్నప్పుడు చూసి ఉంటవు. ఇప్పుడు దాన్ని గుర్తుపట్టలేవు". అన్నాడు.

"నిజమే అన్నా ఎవల పనిలో వాళ్ళం పడిపోయి ఎక్కడ తీరుతాంది. కొమురయ్యకు ఎంతమంది పిల్లలు" అంది.

"ఇద్దరు ఆడపిల్లలు ఒక్క కొడుకు, కొడుకు చిన్నోడు పెద్దపిల్ల పెండ్లి చేసిండు ఇప్పుడు రెండోదానికి సంబంధం చూస్తాండు".

"పిల్ల ఏమన్నా చదివిందా! ఇయ్యాల రేపు పిల్లగాండ్లు చదువుకావాలంటాండ్లు.

"పెద్ద చదువులంటే కష్టమే, నాల్గో ఐదో చదివింది. అక్షర జ్ఞానం ఉంది".

"పెద్ద చదువులు చదివి ఏమన్నా ఉద్యోగం చేసేదున్నదా, ఇంటిపట్టున

ఉండి వేడినీళ్ళకు చన్నీళ్ళు, తోడైనట్టు చెరో కష్టం చేసుకొని వాళ్ళసక్కి వాళ్ళు బతికితే అదేచాలు. వీడు మాత్రం ఏం చదివిండు. చదువుకోరా బిడ్డ అంటే అది ఇది అంటు తిర్గి చదువు అటకు ఎక్కించే".

మల్లయ్యకు అన్ని తెలుసు. "యువకులు వేడిరక్తం మీదున్నరు. ఏది మంచైతే అది చేస్తామనిపిస్తది, ఎనకముందు చూడరు. ఇది వాని ఒక్కని విషయమే కాదు, అన్ని ఇండ్లల్ల ఉన్నలొల్లే ఇదంతా. కాని అక్కా పిల్లను ఒక సారి చూస్తే వదిలిపెట్టవు, నీకు సరే అన్పిస్తే ఒక్కసారి వచ్చిచూడుండ్లి. పిల్ల నచ్చితే అటుతరువాత సంగతి ఆలోచిస్తాం. ఏమైనా అక్క ఐదువేలో పదివేలు కంటి ఎక్కువ ఇచ్చుకోలేడు. అది కూడా కష్టమే" అన్నాడు.

"పైసలది ఏమున్నదే ఇవ్వాళ ఉంటయి రేపుపోతయి. పిల్ల మంచిది కావాలి. కుటుంబం మంచిది కావాలి. కొంరన్న ఎవలు, మనోడేనాయే. మనదాన్ల మనకు కల్సినట్టుంటది". అంది సంతోషంగా.

మల్లన్న ఆ పూటకు ఉండి ఆ మాట ఈ మాట మాట్లాడి సాయంత్రం వెళ్ళిపోయిండు.

విషయం తెలిసిన కాన్నుంచి భూదేవికి కాలునిలువటంలేదు. రేపోమాపో పొయ్యి చూసివస్తం అంటూ మల్లేశంతో పోరుపెట్టింది. మల్లేశం ఏమో "నా పెండ్లికి ఇప్పుడేమి తొందర తర్వాత చూద్దాంలే" అన్నాడు.

"అదేందిరా అట్లా అంటావు నీతోటోల్లందరికి పెండ్లిల్లు కాలేదా! మనకు అయిన సంబంధం కాళ్ళదాక వచ్చింది. కాదనుకుంటే ఎట్లా అంది అనునయంగా. పిల్లను చూడు, నీకు నచ్చితేనే పెండ్లి చేసుకుందువు కాని నచ్చకుంటే వదిలేస్తాం". అంది.

ఆ మాట మల్లేశం మీద బాగానే పనిచేసింది "సర్లె చూద్దాం" అంటూ మల్లేశం అక్కడి నుంచి లేచిపోయిండు.

పెద్ద కొడుకు రాజేశంతోని మాట్లాడింది. రాజేశం సరే అనేసరికి వచ్చే ఆదివారం రోజు పిల్లను చూడబోతమని ఖరారు చేసింది.

ఆదివారం నాడు ఇద్దరు కొడుకులను కోడలును తీసుకొని పిల్లను చూడ చెన్నూరుకు పోయింది.

పిల్లను చూసి అందరు సంతృప్తి చెందారు. పిల్ల నల్లగున్నా కనుముక్కు తీరు బాగుండి కుందనపు బొమ్మలా ఉంది.

పిల్లను చూసిన తరువాత మల్లేశం మారు మాట్లాడకుండా తలూపిండు.

“మాటా ముచ్చట తేలిపోతే మంచిది” అన్నాడు మల్లయ్య.

“మాట్లాడేది ఏముంది, పిల్లకు మీరు ఏం పెడ్తారో పెట్టుండ్రి, కట్న కానుకలంటే అది మీ ఇష్టం” అంది భూదేవి.

“పెద్దగా ఇచ్చుకోకున్నా మా అంతలో మేం ఏ లోటు రాకుండా పెండ్లి చేస్తాం”. అన్నాడు కొమురయ్య తరుపున మల్లయ్య. అయ్య వారిని పిలిచి ముహూర్తాలు చూసుకున్నరు. వచ్చే మే 20న పెండ్లి ముహూర్తం బాగుందని అయ్యవారు తేల్చి చెప్పటంతో ముహుర్తం కూడా ఖరారు అయింది.

ఏమైతేనేమి మే నెలలో మల్లేశం పెండ్లి కమలతో జరిగిపోయింది.

పెండ్లయిన నాల్గునెల్లు మల్లేశం ఇంటి పట్టున ఉండి ఏదోపని చేసుకుంటూ రావటం చూసి భూదేవి ‘ఇక వీడు దారికొచ్చిండని’ భావించింది.

కాని అది మూడునాళ్ల ముచ్చట అని భూదేవి అర్థం చేసుకోవటానికి ఎక్కువ రోజులు పట్టలేదు.

* * *

5

మావూర్లోకి బొగ్గు బావులు రావాలని మా బతుకు బాగుపడాలని పోలీసులు బలవంతంగా సభలు సమావేశాలు ఊరేగింపులు నిర్వహించిన నేపథ్యంలోనే గ్రామ యువకులు రేపు రాబోయే పెను ప్రమాదాన్ని ఎదుర్కొనటానికి సన్నద్ధమైండ్లు.

మానవ హక్కుల వారిని, పర్యావరణ ప్రేమికులను, ప్రజల పట్ల ప్రేమ ఉన్నవారిని కల్సి వారితో దొరగడి ముందున్న వేపచెట్టు నీడలో ఊరోల్లందర్ని కుప్పేసి సమావేశం ఏర్పాటు చేసిండ్లు.

ముందుగా వెంకటేశం మాట్లాడిండు. "అయ్యా బొగ్గు బావులు వస్తే మన ఊళ్ళు బాగుపడ్తయి అంటాండ్లు. వీళ్ళు చెప్పేది నిజమేనా. ఇంత వరదాక బొగ్గు బాయిల కింద ఊళ్ళు పోయిన గ్రామాల పరిస్థితి ఎలా ఉంది. అందుకు భిన్నంగా మన గ్రామ పరిస్థితి ఉంటుందా ఆలోచించాలి". అంటూ మొదలు పెట్టిండు.

సమావేశంలో హజరైన గ్రామస్తుల్లో నిశ్శబ్దం ఆవరించింది. అందరి మనసులో గూడు కట్టుకున్న ఆలోచనే అది.

ఒకరిద్దరు పెద్ద రైతులు ఆ సమావేశానికి హాజరైండ్లు. వాళ్ళ పరిస్థితి మిగితా సన్నకారు చిన్నరైతులకంటే భిన్నంగా ఉంది. 'ఎకరానికి లక్షల్లో ఇస్తామంటూ కంపినివాడు ఆశ చూపుతాండు. వ్యవసాయంలో ఏముంది మన్ను. ఉన్నకాడికి అమ్ముకొని వచ్చిన పైసలతో ఏదైనా వ్యవహారం చూసుకోవచ్చు' అన్న ఆలోచనలో

వాళ్ళు ఉండి పోయిండ్లు. దాంతో వాళ్ళు అయిష్టంగానే సమావేశానికి వచ్చిండ్లు.

ఊళ్ళో అధిక మొత్తంలో భూములున్న భూస్వాములు మాత్రం తమకేమి అంటిముట్టనట్టుగా ఉండి పోయిండ్లు. వాళ్ళ ఆలోచన వాళ్ళది. ఎనకటి లెక్క పరిస్థితులు లేవు. ఊళ్ళల్లో లొల్లిలు మొదలైనవి. దొరల భూముల్లో, పడావు పడ్డ ప్రభుత్వ భూముల్లో ఎర్రజెండాలు పాతి కూలినాలి జనం ఆక్రమించుకుంటాండ్లు. ఈ జంజాటం కంటే ఏడికోకాడికి అమ్ముకొని వచ్చినపైసలతోని ఏదన్నా దందా చేసుకునుడే మేలన్న ఆలోచన్లో వాళ్ళున్నారు.

"ఎనకట బొగ్గుబాయిలు వచ్చినయంటే వచ్చినయి. ఆరోజుల్లో అండర్‌గ్రౌండ్ గనుల ద్వారా బొగ్గు తీసెటోళ్లు. కింద బొగ్గు బాయిలు నడిచినా అక్కడక్కడ వ్యవసాయం నడిచేది. తీసినయి అండర్‌గ్రౌండ్ బొగ్గు బాయిలు కావటం వల్ల, అండర్ గ్రౌండ్ బొగ్గు బాయిల్ల మనషులతోనే బొగ్గు తవ్వకాలు సాగించడం వల్ల బొగ్గు గనుల కింద భూములు కోల్పోయినోళ్ళకు బొగ్గుబాయిల్ల నౌకర్లు దొరికేవి. దాంతో అంతో ఇంతో బతుకు దెరవు ఉండేది. కాని ఇప్పుడు పరిస్థితి మారిపోయింది. అండర్‌గ్రౌండ్ బొగ్గు బాయిలు లాభదాయకంకాదని కంపినోడు ఓపెన్ కాస్టు గనులు తవ్వుతాండు. గుట్టలు గుట్టలుగా మన్ను తీసి భూమిని తలకిందులు చేసి వానికి అవసరమైన బొగ్గు తీసుకొని మన ఊళ్ళమీద గుట్టలు గుట్టలుగా మన్ను పోస్తాండ్లు. మన బతుకులు ఆగం చెస్తాండ్లు" అన్నాడు వెంకటేశం.

"ఆవేశంగా అవునవును నిజమే" అంటూ అరిచింది రామలచ్చుక్క.

"ఓపెన్ కాస్టులవల్ల ఉద్యోగాలు ఎక్కడివి అన్ని పనులు యంత్రాలతోనే తీయబట్టిరి". అన్నాడో యువకుడు నిరాశగా. వెంకటేశం మళ్ళీ అన్నడు. "అవును, రాజేశం చెప్పింది అచ్చరాల నిజం. బొగ్గు గనుల కింద భూములు తీసుకుంటరు. పోని దాని కింద ఉద్యోగాలు ఇస్తారా అంటే అవి ఉండదు. మొన్నటికి మొన్న ఓపెన్ కాస్టు నాల్గు కింద లింగాపూర్ మేడిపల్లి గ్రామాలను ఖాళీ చేయించింది కంపిని. గోదావరి ఒడ్డున ఉన్న లింగాపూర్ గ్రామంలో ఎనిమిది వందల ఎకరాలను గుంజుకున్నది కంపిని. ఇప్పుడు వాళ్ళ పరిస్థితి 'నీళ్ళు లేని జాగల బొండిగ కోసినట్టయింది.' భూములు తీసుకున్నప్పుడు కంపిని ఇంటికో ఉద్యోగం ఇస్తానంది. కాని ఆ మాట నిలబెట్టుకోలే, కనీసం కాంట్రాక్టర్ల కింద కూలి పనులు చేస్తామంటే అది కూడా లేకుండా పోయింది. ఓసీపిల్లల్లో ఓవర్ బర్డెన్ వంటి భారీ పనులు నిర్వహించే కాంట్రాక్టర్లు వాళ్ళ భారీ యంత్రాలతో పాటు వాటి మీది పనిచేసేందుకు

కూలీలను కూడా వెంట తెచ్చుకుంటాండ్లు. దాంతో కాంట్రాక్టు కూలీలుగా బతుకుదామంటే కూడా వీలుకాని పరిస్థితి, ఒకరిద్దరు ఎక్కడైనా కూలి పనులు చేస్తాండ్లంటే అవి చిల్లర మల్లర పనులు చేసుకుంటూ పొట్ట పోసుకుంటాండ్లు. వాళ్లకు కూడా రోజుకు యాభైఅరువై రూపాయల కంటె ఎక్కువ ఇస్తలేరు. దాంతో దాదాపు ఆరేడు వందల గడపలుండే ఊర్లో నాల్గువందల కుటుంబాలు కూడా ఉంటలేరు. మిగితా వాళ్ళంతా బతుకుదెరవు వెతుక్కుంటూ వలస పోయిండ్లు" అతని గొంతులో విషాదం కమ్ముకుంది.

"రేపు మనగ్రామం పరిస్థితి కూడా అదే కానున్నది. చివరికి లింగాపూర్ గ్రామంలో తాగేందుకు కూడా చుక్క నీరు దొరుకతలేదు. పక్కనే మూడు వందల మీటర్ల లోతు తవ్వి కంపినోడు బొగ్గు తీసుకుంటాంటే ఇక వూర్లెనీళ్ళు ఎక్కడుంటయి. ఆ ఓపెన్ కాస్టు గనిలో తోడేసిన మురికి నీళ్ళతోనే కాలం గడుపుతాండ్లు. చివరికి చస్తె కూడా గంగ ఒడ్డుకు తీసకపోయి దహనం చేస్తామంటే కంపిని మాతోవలో నుండి పోనివ్వం. మీ సచ్చినోల్లను మీ ఇండ్లల్లనే పాతిపెట్టుకొండ్లి అంటాంది కంపిని. ఇంత అన్యాయానికి మనమెందుకు బలికావాలి. మొన్న పోలీసులు వచ్చిండ్లు. బలవంతంగా మనతోని ఊరేగింపులు చేయించిండ్లు. మన చేతితోనే మన మెల్లోనే ఉరితాడు తగిలించుకొమ్మంటాండ్లు. ఇందుకు మీరంతా సమ్మతమేనా!" అంటూ జనం కేసి చూస్తూ అరిచిండు. యువకులు ఒక్కసారిగా ఈ దుర్మార్గాన్ని మేం ఒప్పుకోమంటూ నినదించిండ్లు.

మాదిగ పోషవ్వ లేచి "భూములున్నొళ్ళు సంగతి సరే వాళ్లకు ఇంతో అంతో నష్టపరిహారం ఇస్తరు. దాంతోని వాళ్ళు ఎట్లనో అట్ల బతుకుతరుకాని, ఏ భూమి లేకుండా ఊర్లో కూలి నాలి చేసుకుంటూ బతికే మా అసొంటోళ్ళ సంగతేంది. ఊరులేకుంటే మేం ఎట్లా బతుకుడు" అంది.

"మనం ఎట్లా చస్తె కంపినోనికేందీ, వానికి మన భూముల్లో ఉన్న బొగ్గు కావాలి. దొంగలు దొంగలు ఊళ్ళు పంచుకున్నట్టుగా కంపినోడు కాంట్రాక్టర్లు ఆ బొగ్గును తవ్వితీసుకొని లాభాలు పొందాలి". మరొకరెవరో అరిచిండ్లు.

వెంకటేశం మాట్లాడటం ముగించిన తరువాత రాజిరెడ్డి మాట్లాడటానికి లేసిండు. రాజిరెడ్డి ధనిక రైతు. రాంరెడ్డి రెండవ కొడుకు డిగ్రి వరకు చదివిండుకాని, బయట ఉద్యోగం ఏమి దొరకక ఇంటివద్ద ఉండి వ్యవసాయ పనులు చూసుకుంటాండు. మంచి చెడు వివేచన కల్గినవాడు.

"మన భూముల్లో బొగ్గు సంపద ఉంటే మనకు చెందకుండా ఎవనికో లాభాలు పండిస్తె మన బతుకులు ఆగం కావటం ఏందీ, ప్రపంచంలో ఎక్కడైనా ఉందా ఈ పద్ధతి" అంటూ మొదలుపెట్టిండు.

"సింగరేణి కంపినికి వందేండ్ల పైబడిన చరిత్ర ఉంది. వందేండ్ల కానుంచి బొగ్గు తవ్వుతనే ఉన్నరు. కాని ఆ తవ్వితీసిన బొగ్గు ఎటుపోతందో ఎప్పుడైనా మనం ఆలోచించినమా" అంటూ క్షణమాగి మళ్ళీ అందుకున్నడు.

"బొగ్గుతోని కరెంటు ఉత్పత్తి అయితది అగ్గోగట్ల అగుపించే ఎన్టిపీసిల కరెంటు తయారైతాంది. మన బొగ్గుతోని మన నీళ్ళతోని మన నేల మీద తయారయ్యే కరెంటు మనకెందుకు చెందటం లేదు. మన ఇండ్లల్ల ఒక్క కరెంటు బొగ్గు కూడా ఎలుగని ఇండ్లు మన గ్రామంలో ఎన్నిలేవు. అంతెందుకు కరెంటు కొరతతోని, బొగ్గు కొరతతోని అదే ఎన్టిపీసిని ఆనుకొని ఉన్న ఎఫ్.సి.ఐ మూతపడిందన్న సంగతి మనలో ఎంత మందికి తెలుసు. ఎనిపీసిలో తయారయ్యే కరెంటు పెద్ద పెద్ద తీగలతోని ఎటుపోతందో మీకు ఎరికేనా! ఎవని ఇంట్ల వెలుగునింపుతుంది. ఎవని బతుకును చీకటి చేస్తాందో ఆలోచించండ్లు!" అంటూ ప్రశ్నించిండు.

"మన నోళ్ళు కొట్టి మన బతుకుల్ని నాశనం చేసి తవ్వితీసిన బొగ్గు ఎవనికో లాభాలు పండిస్తే మన బతుకెందుకు ఆగంకావాలి. ఈ దుర్మార్గాన్ని ఇంకా ఎంతకాలం బరిస్తాం. మనం మౌనంగా బరించినంత కాలం ఈ దుర్మార్గం ఇలాగే కొనసాగుతుంది. దీనికి ఎక్కడో ఒక్కచోట అంతం పలకాలి" అన్నాడు ఆవేశంగా.

భూదేవికి పిల్లల మాటలు నచ్చినవి. వాళ్ళ ఆవేశం నచ్చింది. కాని ఇదంతా జరిగేనా. ఈ పిల్లలతోని ఏం జరుగుతుంది. అని విచారపడింది.

దూరప్రాంతాల నుండి సమావేశానికి వచ్చిన మేధావుల్లో ముందుగా సగం నెరిసి నెరియని గడ్డం, లావాటి గుండ్రటి మొఖం కల్గిన పర్యావరణ శాస్త్రవేత్త మాట్లాడిండు.

"అయ్యా నేను మీకు ఒక్క విషయం మనవి చేయదలుచుకున్న, దేశాభివృద్ధి కోసం బొగ్గు తవ్వకాలు మరింత వేగవంతం చేయాలని ప్రభుత్వం తలుస్తోంది. మంచిదే, దేశ అభివృద్ధి కోసం బొగ్గు తవ్వకాలు అవసరమే కావచ్చు. కాని అభివృద్ధి అంటే ఏమిటన్నదే ప్రశ్న ఎవరికి అభివృద్ధి ఎవరికి నష్టం అన్నది ఆలోచించాలి. ఇక్కడ మీ ఊళ్ళోనేకాదు. దేశం మొత్తం మీద ఎక్కడ సహజ

వనరులుంటే అక్కడ వనరులను కొల్లగొడుతాండ్లు. ఎట్లా కొల్లగొడుతండ్లో తెల్సా, ఇక్కడ మీకు జరిగినట్టే అక్కడ తరతరాలుగా బతుకుతున్న వారిని వెళ్ళగొట్టి ఆ సంపదంతా కొద్దిమంది బడాపెట్టుబడిదారులకు అప్పచెప్తాండ్లు. జనం భూమిపోయి బతుకుపోయి ఆగమైపోతాంటే, ఆకలి చావులు చస్తాంటే సంపద కాచేసే వాళ్ళు వందల వేలకోట్లు సంపాదించుకుంటాండ్లు. నిన్న ఒరిస్సాలో బాక్సైట్ గనుల్లో అదే జరిగింది. చత్తీస్‌ఘడ్‌లో, బీహార్‌లో అంతటా అదే జరుగుతాంది. ప్రజలను కొట్టి కొద్దిమంది బడాబాబులను మేపే ఈ తలక్రిందుల అభివృద్ధి అభివృద్ధి ఎట్లా అయితది".

ఆయన చాలా నింపాదిగ్గా పిల్లలకు పాఠాలు చెప్పే పంతుల్లా మాట్లాడుతున్నడు. చాలామందికి ఆ విషయాలు కొంత అర్థమై అర్థంకానట్టు అన్పించింది. కొందరికి చాలా అన్యాయం జరిగిపోతుందని అనిపించింది. అతను మళ్ళీ మాట్లాడసాగిండు.

"ఇక్కడ మీ సంగతే తీసుకొండ్లి సింగరేణి కంపిని ఓపెన్‌కాస్టు గనికింద మీ భూములు తీసుకోవాలని చూస్తాంది. ఓపెన్‌కాస్టు గని అంటే ఏమిటా తెల్సా ఒక్క ఓపెన్‌కాస్టు గని వెయ్యి ఆటంబాంబుల కంటే ప్రమాదకరమైంది. రెండవ ప్రపంచ యుద్ధంలో అమెరికావాడు జపాన్‌లోని హిరోషిమా, నాగసాకి పట్టణాల మీద ఆటంబాంబు వేసిండు. లక్షల మంది చనిపోయిండ్లు. మరెంతో మంది ఆటంబాంబు విషప్రభావంతో అటుతరువాత అవస్థలు పడి చనిపోయిండ్లు. ఇప్పుడు మనం పోయి అక్కడ చూస్తే మనకు ఒకప్పుడు అక్కడ ఆటంబాంబు వేసిన సంగతే గుర్తుపట్టలేం, కాని ఒక ఓపెన్‌కాస్ట్ గని వస్తే ఆ ప్రాంతంలో పర్యావరణ బీభత్సం వెయ్యేండ్లు అయినా పూడదు. ఓపెన్ కాస్టుగని వచ్చినకాడ భూమి తల కిందులు చేయబడి సారవంతమైన పైపొర నాశనం అయిపోయి భవిష్యత్‌లో ఇక ప్రాంతంలో ప్రాణకోటి జీవించలేని పరిస్థితి ఎదురైతది. మట్టి దిబ్బలు బొందల గడ్డలు మిగులుతయి. మొత్తంగా ఎడారిగా మారిపోతుంది. భూమిని పెకలించి తలకిందులు చేసివాడు బొగ్గు తవ్వకొని పోతడు. వాని తాత్కాలిక లాభాలు చూసుకుంటడు కాని ఈ ప్రాంతానికి ఈ ప్రాంత ప్రజలకు జరిగే అపారనష్టం, భవిష్యత్‌లో ఇక ఎన్నడు పూరింపబడని పర్యావరణ విధ్వంసం సృష్టించటం ఎట్లా అభివృద్ధి అవుతుంది" అన్నడు. ఆయన కాస్త ఆయాసపడ్డాడు. కొద్దిగా మంచి నీళ్ళు తాగి మళ్ళి నెమ్మదిగా మాట్లాడిండు.

"అందుకే నేను ఏం చెప్పదలుచుకున్నానంటే దేశ అవసరాలకోసం బొగ్గు తవ్వకాలు అవసరమే అయితే తవ్వకొండ్లకాని పర్యావరణానికి నష్టం జరుగకుండా అండర్‌గ్రౌండ్ గనుల ద్వారా బొగ్గు తవ్వండ్లి. బొగ్గు తవ్వకోదలుచుకుంటే ఎవరి భూముల్లో అయితే బొగ్గు ఉందో వాళ్ళ బతుకులు నాశనం చేసి మీరు సంపద కొల్లగొట్టుక పోతమంటే కదరదు. ఆ సంపదలో వాళ్ళకు వాటా చెందాలి. ప్రత్యామ్నాయ ఉపాధిచూపాలి. నిర్వాసితులకు ఉండేందుకు అన్ని కనీస సౌకర్యాలతో ఇండ్లు ఇవ్వాలి. ఇవేవి లేకుండా వాళ్ళ బతుకుల్ని నాశనం చేస్తాం. మేం బొగ్గు తవ్వకపోతం అంటే కుదరదు అని చెప్పదలుచుకున్నా".

"చివరిగా ఒక్క విషయం చెపుతా. మీకు తెల్సు, ఎవడికి కడుపు నొప్పి ఉంటుందో వాడే ఓమ బుక్కాలని మన పెద్దలు చెపుతారు. ఎవరు బాధ పడ్తండ్లో వాళ్ళె కొట్లాడాల. కొట్లాట లేకుండా ఎక్కడ న్యాయం జరుగదు. ప్రపంచ చరిత్ర మొత్తం ఇదే చెపుతుంది. మీరు గట్టిగా నిలబడుండ్లి మీ వెంట మేం ఉంటాం. నిలబడకుంటే అన్యాయం జరిగిపోతుంది. చేతులు కాలిన తరువాత ఆకులు పట్టుకోలేం". ఆయన చాలా ఆవేశంగా మాట్లాడిండు.

గ్రామస్తులను ఆలోచనల్లో పడవేసింది. తెలియని చాలా విషయాలు వాళ్ళ ముందుకు తెచ్చిండు. ఇంత వరదాక నష్టపరిహారం గురించో, సింగరేణిలో ఉద్యోగాలు ఇవ్వాలనో ఆలోచించిన వాళ్ళు కూడా ఇంత దుర్మార్గం జరుగుతుందా అని నోరెల్ల బెట్టిండ్లు.

"నిజమే, ఓపెన్‌కాస్ట్ వచ్చినకాడల్లా బాయిల్ల నీళ్ళు ఎండిపోయినయి. మట్టి దిబ్బలు తప్ప చెట్లు చేమ లేకుండా పోయినయి. ఊరపిచుకలు రామచిలుకలు మచ్చుకైనా కనిపిస్తలేవు". అన్నాడో పెద్దమనిషి.

జనం గోల గోలగా మాట్లాడుకోసాగిండ్లు. వెంకటేశం మైకు అందుకొన్నడు.

"మీరంత నిశ్శబ్దం వహించాలి. ఇప్పుడు మీ ముందు ప్రముఖ మానవ హక్కుల నాయకులు మాట్లాడుతారు అంటూ ప్రకటించిడు. మానవహక్కుల నాయకుడు మాట్లాడటానికి లేచిండు. వెంకటేశం మైకు ఆయన చేతికి ఇచ్చి వచ్చికూచున్నడు.

ఆయన సన్నటి గొంతు విచ్చుకున్నది. ఆయన సూటిగా జనంలోకి చూస్తూ మాట్లాడసాగిండు. "నేను రెండు విషయాలు మీ దృష్టికి తీసుకరాదల్చుకున్నాను.

ఒక్కటి బొగ్గు గనుల కిందకాని ప్రాజెక్టుల కిందకాని భూసేకరణ జరిగినప్పుడు భూసేకరణ ఎట్లా జరుగాలి అనే విషయమై చట్టాలు ఏం చెప్పాయన్నది. రెండవది ఆచరణకు వచ్చేసరికి ఏం జరుగుతుందన్నది. ముందుగా భూసేకరణ సంబందించి చట్టాలు చాలా నిర్దిష్టంగా రాజ్యాంగంలో సూచించారు. మూలవాసుల జీవనం సంస్కృతి ఆచార వ్యవహారాలు భూసేకరణ సమయంలో కాపాడబడాలని చట్టం నిర్ధేసిస్తుంది. ఇక గిరిజన ప్రాంతాల్లో అయితే రాజ్యాంగం ఐదవ షెడ్యుల్డు గిరిజనుల హక్కులపై నిర్ధిష్టమైన సూచనలు చేసింది. ట్రైబల్ ప్రాంతంలో గనుల తవ్వకాలు వంటివి ప్రైవేటు సంస్థలకు ఎటువంటి పరిస్థితిలో అనుమతించరాదని ప్రత్యేకంగా పేర్కొనటం జరిగింది. భూసేకరణ సమయంలో ఆర్ అండ్ ఆర్ చట్టంలో నిర్వాసితులకు రిహబిలిటేషన్ విషయంలో నిర్ధిష్టమైన సూచనలు ఉన్నాయి. న్యాయబద్ధమైన నష్టపరిహారం, ఉపాది, నిర్వాసితులకు ఇండ్లు నిర్మించి ఇవ్వాలని అనేక నియమాలు సూచించింది. ఊరు ఖాళీ చేయించాల్సి వచ్చినప్పుడు ఒక్క భూమి కోల్పోయిన వారికే కాదు, భూములు లేకున్నా కూలినాలి చేసుకునే వారికి, ఇతరత్రా వృత్తులు చేసుకునే వారికి కూడా నష్టపరిహారం చెల్లించాలి" అన్నాడు.

"కాని ఆచరణలో ఇదంతా జరగటం లేదు. గిరిజన ప్రాంతంలోని భూములను ప్రవేటు సంస్థలకు ఇవ్వద్దన్న చట్టాలను మాయ చేయటానికి ప్రభుత్వమే తీసుకున్నట్టుగా లెక్కలోకి చూపి తిర్గి ప్రవేటువాళ్ళకు అప్పుచెపుతుంది. దానికి ఔట్‌సోర్సింగ్ అనీ, కాంట్రాక్టీకరణ అనీ అందమైన ముసుగు వేసింది. భూములు సేకరించే క్రమంలో చట్టాలు సూచించిన నియమాలు ఏవి ఆచరణకు రావటం లేదు. ఏండ్లకు ఏండ్లు నష్టపరిహారం అందక అల్లాడుతున్నరు. రిహబిలిటేషన్ లేదు. ప్రత్యమ్నాయ ఉపాధులు లేవు. ఒక్క మాటలో చెప్పాలంటే చట్టాల దారి చట్టాలదే. ఆచరణకు వచ్చేసరికి ఏచట్టం అమలులోకి రావటంలేదు. చట్టం ఉన్నవాళ్ళకు చుట్టమైంది, లేనివాళ్ళకు శాపమైంది".

"ఇంతకు ముందు మన మిత్రుడు చెప్పినట్టు ఓపెన్ కాస్టులు ఒక భయంకరమైన పర్యావరణ విధ్వంసకారి, అందుకే అభివృద్ధి చెందిన దేశాలు తమ దేశంలో ఓపెన్ కాస్టు విధానం రద్దు చేసుకొని మూడవ ప్రపంచ దేశాల్లో కొనసాగిస్తున్నారు. ఇది చాలా దారుణం. మనం కలిసికట్టుగా వ్యతిరేకించకుండా ఈ విధ్వంసకాండ ఆగదు".

అతనింకా చాలా విషయాలు మాట్లాడిండు. పర్యావరణ విధ్వంసం గురించి చట్టాల గురించి, ప్రజలు ప్రతిఘటించకుంటే ఈ విధ్వంసానికి అంతు ఉండదని, చాలా స్పష్టంగా సూటిగా చెప్పాడు.

చివరగా తను మరింత సూటిగా ఏ దాపరికాలు లేకుండా మాట్లాడాడు. ఆయన ప్రత్యేక తెలంగాణవాది. భారీకాయం, గుండ్రటి మొఖం చాలా ఏండ్లుగా తెలంగాణకు జరుగుతున్న అన్యాయాల మీద వనరుల దోపిడి మీద ఆందోళన చేస్తున్న వ్యక్తి. ఆయన మాట్లాడానికి లేచినప్పుడు అతని భారీకాయాన్ని ఈడ్చుకుంటు వచ్చిండు. మైకందుకొని అందరిని ఒకసారి పరికించి చూసి మాట్లాడటం మొదలు పెట్టాడు.

"మన మిత్రులు ఇంతవరదాక ఓపెన్‌కాస్టుల వల్ల ఏర్పడే పర్యావరణ విధ్వంసం గురించి వివరించారు. ఓపెన్‌కాస్టు వ్యతిరేక ఉద్యమంలో కొంతమంది సరైన నష్టపరిహారం చెల్లిస్తే ఓపెన్ కాస్టు మైనింగ్‌ను వ్యతిరేకించం అంటున్నారు. కాని ఇది చాలా తప్పుడు ఆలోచన" అంటూ అతను అక్కడున్న వారిని మరోమారు పరికించి చూసిండు.

"ఓపెన్ కాస్టు కింద భూములు తీసుకున్నప్పుడు ఎకరానికి మొదట వేలల్లో ఇచ్చిండ్లు. అప్పుడు జనం ఇంత తెలివి మీరి లేరు కాని ఇప్పుడు తెలివికి వచ్చిండ్లు. ఆ నష్టపరిహారం లక్షల్లో కావాలంటాండ్లు. ఒక్కమాట వాళ్ళు అడిగిందే కంపిని ఇస్తుందని అనుకుందాం. ఎంత ఇస్తుంది. ఆంధ్ర ప్రాంతంలో నీటి ప్రాజెక్టుల కింద భూములు తీసుకున్నప్పుడు ఎకరానికి ఐదు నుండి ఆరు లక్షలు ప్రభుత్వం ఇవ్వటానికి సిద్ధపడ్డది. అంతమొత్తంలో మీకు ఇస్తుందా. మహా ఇస్తే లక్షకు బదులు రెండు లక్షలు ఇవ్వవచ్చునేమో దాంతో మనం భూమి వదులుకోవటమేనా! భూమి వదులుకొని వచ్చిన పైసలతోని ఈతరం ఎట్లనో ఒక విధంగా బతుకుతుందని అనుకుంటాం. అట్లా బతకటం కూడా కష్టమే. కాని ఒక్కక్షణం బతుకుతుందే అనుకుందాం. కాని భూమి లేకుంటే రేపటి మీ పిల్లలు ఎట్లా బతుకుతారు. ఎక్కడ బతుకుతారు. తాతముత్తాతలనుండి ఆ మాటకు వస్తే కొన్ని గ్రామాలకు వెయ్యేండ్ల చరిత్ర ఉంది. ఇప్పుడు ఓపెన్‌కాస్టు గని వస్తే ఊరి చరిత్ర ముగిసిపోతుంది. బొందల గడ్డలు మట్టి దిబ్బలు మిగులుతాయి. అప్పుడిక మనిషి కాదుకదా పురుగుపుట్రా ఏదీ బతకదు. వాడిచ్చే పైసలతోని భూమి లేకుండా చేస్తామా? తరతరాల మన వారసత్వాన్ని, ఊరిని నాశనం చేస్తామా". అంటూ ప్రశ్నించిండు.

భూదేవికి ఈ మాటలు నచ్చినయి. అవును భూమి లేకుంటా పోతే మనిషెట్లా బతుకుతడు అనుకుంది.

సాయిలును సారు చెప్పిన మాటలు ఆలోచించదగినవే అన్పించింది.

అంతవరదాక ఎక్కువ నష్టపరిహారం ఇస్తే భూమి వదులుకుందాం అనుకున్న వాళ్ళు కూడా ఆలోచనల్ల పడ్డరు.

అతను మళ్ళీ మాట్లాడసాగిండు. "అందుకే నేను ఏమంటున్నానంటే ఓపెన్‌కాస్టు వ్యతిరేక ఉద్యమం అంటే భూమి కాపాడుకునే ఉద్యమంగా సాగాలి. ఈ ప్రాంత పర్యావరణ పరిరక్షణ ఉద్యమంగా మారాలి. మనల్ని తరతరాలుగా సాదిన భూతల్లిని మన పిల్లలకు వారసత్వంగా అందించే ఉద్యమంగా సాగాలి" అన్నాడు.

ఆ మాటలు జనాన్ని ఆలోచనల్లో పడవేసింది.

అతను మళ్ళీ అందుకున్నడు. "ఈ సందర్బంగా మీకు మరో విషయం తెలియచేయాలి. అదే వనరుల తరలింపులో తెలంగాణకి జరిగిన అన్యాయం గురించి మీకు తెలుసా? ప్రతి సంవత్సరం తెలంగాణలోని గోదావరి పరివాహక ప్రాంతంలో పదివేల కోట్ల బొగ్గు సంపద వెలికి తీస్తాండ్లు. ఈ లెక్కన ఈ ప్రాంతంలనుండి ఇప్పటివరకు ఎన్ని లక్షల కోట్ల సంపద వెలికి తీసిండ్లో ఎప్పుడైన ఆలోచించిండ్లా. ఇట్లా తీసిన సంపదలో మనకు చెందేది ఎంత? దోచుక పోయ్యేది ఎంత? మనం తరతరాల బూజు నిజాం రాజుకి వ్యతిరేకంగా పోరాటం చేసినం. కాని ఏమైంది? మన బతుక్కి తుంట దించి మొద్దు ఎత్తుకున్నట్టు అయింది. బాషా ప్రయుక్త రాష్ట్రాల పేరు మీద తెలుగు మాట్లాడే వాళ్ళంతా ఒక రాష్ట్రం కావాలి అన్నరు. మాయచేసిండ్లు, మత్పరించిండ్లు, పెద్ద మనషుల ఒప్పందం చేసుకున్నరు. దీన్ని వ్యతిరేకించిన వాళ్ళ నోళ్ళు మూయించిండ్లు. ఆంధ్రప్రదేశ్ రాష్ట్రం ఏర్పాటు చేసిండ్లు. అప్పుడు మొదలైనయ్ మన బతుకు వెతలు. ఉమ్మడి రాష్ట్రం పేరు మీద మన బొగ్గు సంపద తీసుకపోయి వాళ్ళు విద్యుత్ ప్రాజెక్టులు కట్టుకున్నరు. బొగ్గు అమ్ముకోగా వచ్చిన సొమ్ముతోని వాళ్ళ ప్రాంతాలను అభివృద్ధి చేసుకున్నరు. నీళ్ళ విషయంలో, ఉద్యోగాల విషయంలో చదువుల విషయంలో అన్నిరంగాల్లో అన్యాయమే జరిగినట్లుగా మన బొగ్గు సంపద తరలించక పోవటంలో జరిగింది. మన బతుకుల్ని చీకటి చేసి వాళ్ళు బతుకుల్లో వెలుగు నింపుకున్నరు. లక్షల కోట్ల సంపద తరలించుక పోయిండ్లు. కాలుష్యం, బొందల గడ్డలు మనకు మిగిల్చిండ్లు' అన్నాడతను గాల్లో చేతులు ఆడిస్తూ అందర్ని హెచ్చరిస్తున్నట్టుగా. ముందు కూచున్న వారికేసి చూపిస్తూ,

"ఈ అన్యాయాలను ఈ అక్రమాలను, వివక్షను తెలుసుకొని తెలంగాణ ప్రజలు ఉద్యమించిన ప్రతిసారి ఏదో మోసపు ఎత్తులతో మభ్యపెట్టుతనే ఉన్నరు. మళ్ళీ మళ్ళీ అన్యాయం చేస్తనే ఉన్నరు. ఇవ్వాళ మళ్ళీ తెలంగాణ ఉద్యమం ఉవ్వెత్తున లేస్తుంది. కాబట్టి ఇల్లు ఉండగానే దీపం చక్క బెట్టుకోవాలని ప్రవేటీకరణ పేర తెలంగాణ బొగ్గు సంపదను అమ్మేసుకుంటున్నరు. వీలైనంత తక్కువ కాలంలో ఈ ప్రాంత బొగ్గు సంపదను కాజేయటానికి దేశ విదేశ దోపిడి దొంగలతో మిలాఖత్ అయి యాంత్రీకరణ ఓపెన్ కాస్టులు ప్రారంభించారు. ఇవ్వాళ కంపినిలో 14 ఓసీపిలు నడుస్తానయి. రేపు మరో పద్దెనిమిది రాబోతున్నయి. రాబోయే, కాలంలో మరిన్ని ఓసీపీలు వస్తాయి. మన భూముల్ని చెరబట్టి మన బతుకు నాశనం చేసి మన సంపద దోచుకపోతున్నరు".

"అందుకే నేను ఒక్క విషయం చెప్పి ముగిస్తాను. తరతరాల బూజు అని మనం నిరసించిన నిజాంరాజు కంటే వెయ్యిరెట్ల క్రూరత్వం ఇప్పుడు మనమీద సాగుతుంది. నిజాంకాలంలో జరిగే అన్యాయం మనకు స్పష్టంగా తెలిసేది. కాని ఇప్పుడు అన్యాయం మేకవన్నె పులిలా మనకు తెలియకుండానే మనల్ని మింగేస్తుంది. మన చేతులతోనే మనకు ఊరితాడు బిగిస్తుంది. అందుకే ఇవ్వాళ ఓసీపి వ్యతిరేక ఉద్యమం అంటే వలస పాలకుల వనరుల దోపిడికి వ్యతిరేకం ఉద్యమం కూడా మన భూములను కాపాడుకోవటానికి మన చెట్టు, చేమ, పురుగు, పుట్రలను కాపాడుకోవటానికి, భావితరాలకు ఈ భూమిని మిగల్చటానికి అంతిమంగా దోపిడి పీడనకు వ్యతిరేక పోరాటం. అటువంటి పోరాటం ఆరభించిన మీకు నా అభినందనలు" అంటూ అతను ముగించాడు.

వచ్చిన పెద్దల మాటలు గ్రామస్తులను పునరాలోచనల్లో పడవేశాయి.

సమావేశం అనుకున్నట్టుగా ముగిసినందకు వెంకటేశం సంతృప్తి చెందిండు.

రాంరెడ్డి వెంకటేశం చెయ్యిపట్టుకొని "అన్నా ఇది ఆరంభం మాత్రమే" అన్నాడు.

మల్లేశంకు ఎక్కడ లేని సంతోషం కల్గింది.

తమ కడుపులో పుట్టిన పిల్లలు న్యాయం కోసం జరుపుతున్న పోరాటాన్ని, ఆరాటాన్ని అర్థం చేసుకుంది భూదేవి. దేవుడా, వీళ్ళకు న్యాయం చేయమని మనసులోనే ప్రార్థించింది.

* * *

6

ఓపెన్‌కాస్టు గని కింద కంపిని భూముల సేకరణ విషయంలో గ్రామస్తుల్లో భిన్నాభిప్రాయాలు వ్యక్తమైనవి.

బండిసాయిలు కొడుకు రాజీరు తండ్రితో గర్షణ పడ్డాడు.

"భూమిని నమ్ముకుంటే ఏమొచ్చింది? చేసిన కష్టం మట్టిలో కలిసి పోతాంది. కూలికూడా గిట్టకుండా పోబట్టే. పంట చేతికి వచ్చేసరికి అప్పులు ఇచ్చినోళ్ళు గుంటకాడి నక్కల్లా ఎదురుచూడ బట్టిరి. సరుకు మార్కెటుకు తీస్కపోతే, అమ్మబోతే అడివాయే, కొనబోతే కొరివాయే" అంటూ రుసరుసలాడిండు.

సాయిలు కాసేపటిదాక ఏం మాట్లాడలేక పోయిండు. కొడుకు చెప్పిన దాన్ల అబద్ధం ఏమిలేదు. కాని తన తండ్రి తాతల కానుంచి వస్తున్న భూమి లేకుండ పోతుందనే భావన అతను జీర్ణించుకోలేకుండా పోతున్నడు. దాంతో కొడుకును సముదాయించటానికి ప్రయత్నించిండు.

"అది కాదురా ఏదో కాలం కల్సిరాక కాస్త ఎట మటమైతాంది. ఎప్పుడు ఒక తీర్గనే ఉంటదా? సరే ఇవ్వాళ కంపెనోడు భూమికి మంచి ధర ఇస్తామంటే కన్న తల్లి వంటి భూమికి వదులుకుంటామా? భూమి లేకుంటే మనిషి ఎట్లా బతుకతడు? అయినా వాడిచ్చిన పైసలు ఎన్ని రోజులుంటయి. అటు తరువాత ఎట్లా బతుకతరు అన్నడు.

"భూమిని దున్నుకొని ఇప్పుడేమన్నా సుఖంగా బతుకుతానమని అప్పుడు లేకుంటా పోతదా! కష్టపడే వానికి ఎక్కడైనా ఒక్కటే. కూలికి పోయినోడు రోజుకు వంద సంపాదిస్తాండు. రైతుకు ఏం మిగులుతుంది. చేసిన కష్టం కూడా మిగులుత లేదు. ఇవ్వాళ కంపెనోనికి అవసరం బడి ఎంత ధరైనా ఇస్తామంటాండు. ఈ అవకాశం పోతే రేపు అమ్ముకుందామన్నా కొనేటోడు దొరకడు". అన్నాడు. రాజీరు కంపినికి భూమి ఇస్తామన్న పట్టుదలతోని ఉన్నడు.

రాజీరు భార్య పొయ్యి కానుంచి లేవకుండానే తండ్రి కొడుకుల మాటలు వింటుంది. కానీ అమె ఎటు తేల్చుకోలేక పోయింది. ఇటు భర్తను సమర్థించలేక పోయింది. అటు మామ మాట కాదనలేకుండా ఉంది.

'ఇవ్వాళ తన మొగుడు భూమిని కాదని అంటాండు. కాని భూమి అంటే అతనికి ఎంత అపచ్చనో తనకు తెలియందికాదు. పొద్దు మాపు పొలంలోనే గడుపుతడు. మొక్కలకు ఏదన్నా పురుగు తాకిందంటే తనకే ఏదో అయినట్టుగా ఎంత విలవిలలాడుతడు. చేసిన కష్టం పలించి పంట నిండుగా పండితే ఆ పంటను చూసి ఎంతో గర్వంగా ఎంత సంతృప్తి చెందుతాడో తనకు తెలియంది కాదు. అటువంటి ఆయన కాదంటాండు అంటే ఆయనకు ఎంత క్షోభ కల్గితే ఆ మాట అంటాండు' అనుకుంది.

కొడుకు పట్టుదలచూసి సాయిలు మనసు విలవిలాడింది. తన తండ్రి కొడుకులకు పంచి ఇచ్చిన రెండు ఎకరాలు వాటా కింద వస్తె, ఉప్పిడి ఉపాసం ఉండి దాన్ని రెండుకు రెండు నాల్గు ఎకరాలు చేసేసరికి తన బతుకు తెల్లారిపోయింది. తన చమట నెత్తురు అద్ది పెంచి పెద్ద చేసిన భూమిని తమకు కాకుండా పోతుందనే బాధ అతన్ని నిలువనిస్తలేదు.

కోడలు వెంకటమ్మ పొయ్యికాడ నుండి కదలలేదు. రాజీరు చిరుబుర్రులాడుతూ ఇంట్లో నుంచి బయటికి నడిచిండు. ఎటు తేల్చుకోలేక సాయిలు మంచంలో కూచోని సతమతమైండు. కొడుకు ఎన్ని చెప్పినా అతని మనసు మాత్రం భూమిని వదులు కోవటానికి ఇష్టపడటంలేదు. తెగని ఆలోచనలతో మెల్లగా లేచి బయటికి నడిచిండు.

వీధిలోకి వచ్చేసరికి జంగాల మల్లన్న ఎదురుపడ్డడు. ఆయనేమో పొద్దున్నే బుడుబుక్కల వేసం వేసుకుని అడుక్కోను బయలుదేరిండు. సాయిలును చూసి,

ఏందె పెద్దయ్య పొద్దున్నే ఎటో బయలుదేరినవు అంటూ చిర్నవ్వులు చిందిస్తూ పలకరించిండు.

“నాకెక్కడి పోయేదున్నది. ఏమన్నా పొయ్యేదుంటే కాట్లకే. ఎవడు ఎవని మాట వింటాండు”. అంటూ ఆకాశంలోకి రెండు చేతులు ఎత్తి దేవున్ని ప్రార్థిస్తున్నట్టుగా నిరాశచెందాడు.

“ఏందే పెద్దయ్య గట్ల మాట్లాడుతనవు ఏమైందే”

“ఏం చెప్పమంటవురా ఇయ్యాల గడ్డాలు మీసాలు వచ్చినయి, పెద్దోళ్ళు అయిపోయిండ్లు. అయ్యల మాటలు వినేట్టుందా” అన్నాడు.

“ఏమైందే ఇయ్యాలేదో కొత్తగా మాట్లాడబడ్తివి.”

“ అదికాదురా బొగ్గు బాయికింద కంపినోడు భూములు తీసుకుంటూమంటూ ముందుకు వచ్చే సరికి మా రాజీరు ఇక ఎక్కడ ఆగుతలేడు. ఎప్పుడు కంపినోనికి భూమి ఇచ్చి నాల్గు పైసలు వస్తె మింగి కూసుందామని చూస్తాండు”. అంటూ తన కోపాన్ని వెల్లగక్కిండు.

నీ మనాదికి ఇదా కారణం అన్నట్టుగా మల్లయ్య గలగల నవ్విండు.

“ఊళ్ళె చాలా మంది గిట్లనే ఆలోచిస్తాండ్లే కంపినోడు పైసలు బాగిస్తడు. ధర వచ్చినప్పుడు అమ్ముకుంటనే మేలు అనుకునేటోళ్ళున్నరు. భూమి లేకుంటే బతుకెట్లా అనేవాళ్ళు ఉన్నరు. కాని పెద్దయ్యా మొన్న సర్పంచు చెప్పిన మాటలను బట్టి చూస్తె కంపినోడు మనకు ఇష్టం ఉన్నా ఇష్టం లేకున్నా భూమి గుంజుకుంటడట, దేశం కోసం రైతులు భూమిని త్యాగం చెయ్యలంట. ఎట్లాగు భూమి ఇవ్వక తప్పనప్పుడు అంతో ఇంతో ఎక్కువ ధర రాబట్టుకుంటే మంచిది కదా సర్పంచ్ సాబ్ చెప్తాండు” అన్నాడు.

“అదేం, మన భూమి మన ఇష్టం లేకుంటే కంపినోడు ఎట్లా గుంజుకుంటడు. అదేమన్నా వాని అయ్య సొమ్మా అవ్వసొమ్మా. సర్పంచ్ సాబ్ మాత్రం గట్లెట చెపుతడు. ఒకవేళ తీసుకున్నరే అనుకో. తీస్కున్న భూమికి బదులు మరోచోట అంతే భూమి ఇవ్వాలి. భూమి లేకుంటే ఎట్లా జనం ఎట్లా బతుకుతరు”.

“భూమికి భూమి ఇవ్వరంట కంపినిల కొలువు ఇస్తరంట. నష్టపరిహారం కింద పైసలు ఇస్తరంట”.

ఆ మాటకు సాయిలు గయ్యిమనిలేచిండు. "అవసరం తీరేదాక ఒక మాట అవసరం తీరినంక మరోమాట. కంపినోడు ఒక్కమాట మీద ఎక్కడుంటాండు. గిట్లనే మా సద్దకుని ఊళ్ళె బొగ్గు బాయిల కింద భూములు తీసుకున్నప్పుడు చెప్పిండు. తీరా ఉద్యోగాలు ఇచ్చేకాడకి వచ్చేసరికి పొమ్మన లేక పొగ బెట్టినట్టు చేసిండు. ఊళ్ళె మొత్తం నాల్గు వందల మందికి ఉద్యోగాలు ఆశచూపి ఇంత వరదాక నల్గురంటే నల్గురికి ఇచ్చిండు. ఇదేంది అంటే ఖాళీలు అయిన కొద్ది ఉద్యోగాలు ఇస్తరంట. పదేండ్లు గడిచింది. ఖాళీలు వచ్చింది లేదు. ఇక తీస్కుంటాం అన్న వాళ్ళకు తీసుకున్నది లేదు. కంపినోని మాట ఏది నికరంగా ఉంది. అయినా భూమికి ధర ఏ లెక్క కడ్తరంట, కంపినోడు ఇచ్చే పైసలతోని పోయినంత భూమి ఎక్కడైనా కొనుక్కుందాం అంటే మళ్ళీ అంత భూమి దొరుకుతదా! వాడిచ్చే ఎకరం పైసలతో బయట గుంట భూమి కొనే పరిస్థితి లేదు" అన్నాడు. ముడుతలు పడిన మొఖంలో ఆవేశం కమ్ముకొన్నది.

జంగాల మల్లయ్యకు ఎటు సమజైతలేదు. ఎటు చూస్తే అటు సక్కగా ఉన్నట్టుగానే అన్పించింది. అప్పటికి పొద్దు దొరవారి తూర్పుచింతల నుండి పైకి పొడుచుకోస్తాండు. ఆలస్యం అయితే దొరికే నాల్గు గింజలు కూడా దొరకయనిపించింది. బయలుదేరటానికి తొందర పడ్తూ "ఏం జరుగనుందో ఆ దేవునికే తెల్వాలే" అంటూ ముందుకు నడిచిండు.

సాయిలుకు ఎటు పాలు పోవటంలేదు. మనసులో ఏవో ఆలోచనలు సుళ్ళు తిరుగుతున్నయి. మనం వద్దంటే కంపిని భూమి ఎట్లా తీస్కుంటది. వాళ్ళు వీళ్ళు అనేదాన్ని బట్టిచూస్తే భూములు తీస్కోవటం ఆగదని అంటాండ్లు. ఎందుకాగదు, ఇదేం న్యాయం? ఏదో పబ్లిక్ ఇయరింగ్ జరుగతదంటా అండ్ల భూములు ఇచ్చేది ఇయ్యంది చెప్పాలంటా మనం ఇయ్యమంటే వాళ్ళు చేసేది ఏముండదంటా! ఏది నిజం.

ఎటు తేలని ఆలోచనలతో అప్రయత్నంగా పొలంకు పోయే దారంటా ముందుకు నడిచిండు. చెరువుకట్ట మీదికి వచ్చి కట్టమైసమ్మ గుడికాడ రాలచెట్టు కింద క్షణకాలం నిలబడి పోయిండు. నాల్గు గజాల మేర గోడలు లేపి పైన శ్లాబ్ పోసిండ్లు. గుడికి దర్వాజ లేదు. ఏ సమయంలోనైనా ఎవరైనా రావటానికి పోవటానికి వీలుగా దార్వజ మందం ఖాళీస్థలం ఉంది. పసుపు కుంకుమ పూసిన

దేవత విగ్రహం నిరాదరణగా ఉన్నాయి. 'ఈ ఆపదనుండి గట్టెక్కించు తల్లి' అన్నట్టుగా సాయిలు అప్రయత్నంగానే దేవతకు రెండు చేతులు జోడించిండు.

ఆ సమయంలో సాయిలుకు ఒక విచిత్రమైన ఆలోచన వచ్చింది. బొగ్గు బాయిల కింద కంపినోడు ఊరి భూములను తీసుకుంటడు. ఊరును ఖాళీ చేయిస్తడు. ఊరుతోపాటు చెరువుపోతది. ఊరు లేనప్పుడు జనం మాత్రం ఎందుకుంటరు. ఇక జనం లేని ఊళ్ళె మైసమ్మను కొలిచేటోళ్ళు ఎవరు? అప్పుడు కట్ట మైసమ్మ ఏంకావాలి'. అన్న ఆలోచన వచ్చింది.

'అమ్మ తల్లి ఊరును కాపాడాల్సింది నువ్వే తల్లి' అంటూ మనసులో వేడుకొని మళ్ళీ ఒకసారి రెండు చేతులు జోడించి మొక్కి అక్కడినుంచి ముందుకు కదిలిండు.

తూము బండల కాడికి వచ్చేసరికి చెరువులో అడుగు బొడుగు నీళ్ళల్ల చేపలు పడ్తు బెస్తరాములు కన్పించిండు. ఒక్క క్షణం తూము బండలమీద నిలబడి చేపలు పట్టే రాములును చూస్తూ అంతవరదాక తన మదిలో సుళ్ళు తిరుగుతున్న ఆలోచనలు మరిచిపోయిండు.

"ఏందే రామన్న ఏమన్న చేపలు పడ్డాయే" అంటూ అడిగిండు.

చేపలు పట్టి పనిలో మునిగిపోయి సాయిలును గమనించని రాములు ఆ మాటవిని మొఖం విస్తారంగా "చేపలెక్కడియే, పోయినసారి కాలం సరిగా కాక పాయే చెరువు నిండకపాయే. నీళ్ళకే కటకట ఏర్పడే. ఇక చేపలు ఎక్కడ పెరుగతాయి. ఏదో అలవాటైన ప్రాణం ఉండ బట్టలేక వచ్చిన" అంటూ విసిరిన వలన దగ్గరగా లాక్కుంటు బదులిచ్చిండు.

"ఎప్పటికి ఒక్క తీర్గనే ఉంటదా ఏదో కాలం కల్సిరాక ఒక్క సంవత్సరము వర్షాలు పడకుంటే ఎప్పుడు ఇట్లనే ఉంటదా! జెల్లారం చెరువు చేపలంటే నాల్గుఊళ్ళకు పేరు పోయినయి. ఒక్కొక్క కొర్రమట్ట ఎంతుండేది? మోచేతి మందం అలుకగా కిలో రెండు కిలోలుండేది". అంటూ సాయిలు ఎనకటి రోజులు తలచుకొన్నడు.

వలలో పడ్డ అరకొర చేపలను బుట్టలోకి విదిలిస్తూ రాములు "అవి బంగారు రోజులు మళ్ళీ ఆరోజులు వస్తాయంటవా! ఇట్లాగే నాల్గెండ్లు కాలం కాకుంటే చేపల సంగతి దేవుడెరుగు మనషులే బతికెట్టులేదు". అన్నాడు నిర్లిప్తంగా.

"ఎప్పుడు ఒక్క తీర్గనే ఉంటాదా మళ్ళి మునపటి రోజులు రాకపోతయా" అన్నడు సాయిలు.

"చూడబోతే మళ్ళీ ఆరోజులు వస్తయో లేదో కాని, కాలం సంగతంటే కాస్త ఎనకముందో కాక పోదు. కాని ఈ కంపినోని సంగతేంది. బొగ్గు బాయిల కింద ఊరి భూములు పోతే ఈ చెరువు సంగతేంది? అది ఉంటదా పోతదా!" అన్నాడు రాములు.

ఆ మాటలు అంతవరదాక సాయిలు మరిచిపోయిన మనాదిని మళ్ళీ గెలికింది. సాయిలు భారంగా నిట్టూర్చి "చెవులు పోతాంటే చెవి పోగులకు ఏడ్చినట్టుంది వ్యవహారం. ఊరి భూములను తీస్కున్న తరువాత కంపినోడు చెరువును మాత్రం వదిలిపెడుతాడా!"

"చెరువు లేకుంటే మా బెస్తోల్ల బతుకు ఆగంకాదా!" రాములు చేస్తున్న పని ఆపి ఆందోళన చెందిండు.

"ఊరు నిలబడాలన్నా చెరువు నిలబడాలన్నా కంపినోనికి భూములు ఇవ్వవద్దు అన్నాడు కాని, అంతలోనే విషాదం కమ్ముకోగా "కాని ఎవరు ఆగేట్టు లేదు. ఎప్పుడు కంపిని భూములు తీసుకుంటాదా అని కొండకు ఎదురుచూసినట్టు చూస్తాండ్లు. కాని భూములు పోయినంక బతుకు ఎట్లుంటదో ఎవరు ఆలోచిస్తలేరు".

"భూములున్న మారాజులకు కంపిని నష్టపరిహారం ఇస్తదంట. ఇట్లా చెరువుల మీద నీటి కుంటల మీద ఆధారపడి బతికే మాలాంటి వాళ్ళ సంగతేందంట".

"మొదటి దెబ్బ మీ మీద పడ్తది. అటుతరువాత ఇవ్వాళ సంబరంగా భూములు ఇస్తామన్న వాళ్ళ మీద పడ్తది. నా అనుభవం మీద చెపుతాన, మనిషన్నప్పుడు గుంటెడు భూమి ఉండాలి. భూమి లేని బతుకేమి బతుకు. భూములు పోయిన తరువాత రెక్కలు తెగిన పక్షుల తీర్గ అరిగోసపడ్తరు. కాని ఎవరికి అర్థం అయితలేదు".

"ఏమో అన్నా ఇదేదో నాశనకాలమే పుట్టింది" రాములు భారంగా నిట్టూర్చిండు.

"వట్టి నాశనకాలంకాదు. సర్వనాశనం జరుగబోతుంది. మొన్న పోలీసోల్లు వచ్చి మీటింగ్‌లు పెట్టి బొగ్గుగనుల కింద భూములు ఇస్తే బతుకులు బాగుపడ్తయంట. ఎట్లా బాగుపడ్తయి. వాళ్ళకేందీ లాఠీలు తిప్పుకుంటూ వాన్ని వీన్ని బెదిరించుకుంటు నెల తిర్గేసరికి వేలకు వేల జీతాలు వస్తానయి. అందరికి అట్లా ఉండద్దా!" అన్నాడు.

"మధ్యన గీ పోలీసోల్లకేంది. అయిందానికి కానిదానికి మేమున్నామని వస్తరు. పోలీసోళ్ళను చూసేసరికి పోరగాండ్లకు ఉచ్చలు పడబట్టె. ఏం కాదంటే ఏం

ముంచుకొస్తదో అని భయపవట్టిరి. ఆ భయంతో ఏదన్నా అడుగుదామంటే ఎవనికి నోరు రాకపాయే".

"అగ్గో గట్ల భయపెట్టి భూములు గుంజుకోవాలని చూస్తాండ్లు. ఎవరు ఎదురు చెప్పకుండా చూడాలని వాళ్ళ ప్రయత్నమంతా. సరేవాళ్ళు చెప్పినట్లుగానే బొగ్గు బాయిలకింద భూములు ఇస్తే ఊరోళ్ళ బతుకు ఎట్లా బాగుపడ్తదో చెప్పకపోయిరి. ఇవ్వాళ కంపిని కొత్తగా భూములు గుంజుకుంటాందా! ఇదివరదాక బొగ్గుబాయిల కింద ఎన్ని గ్రామాలు ఖాళీ చేయించలేదు. ఎంతమంది బతుకు బాగయింది. నూటికి ఒక్కడు ఇద్దరు. మిగితా వాళ్ళంతా గూడు చెదిరిన పక్షుల్లా ఆగమైండ్లు".

"నాకు అదే అన్పించింది కాని వాళ్ళేమో గట్ల చెప్తిరి"

"వాళ్ళు చెప్పిండ్లంటే చెపుతరు. ప్రభుత్వం ఏం చేయాలనుకుంటాందో వాళ్ళు గదే చెపుతరు. మేకను బలివ్వటానికి శాక పోసి తలదువ్వినట్టు దువ్వుతాండ్లు. రేపు అందరికి అందర్ని బలి ఇవ్వటానికే ఈ తతంగమంతా".

"మరి దొర కూడా వాళ్ళ మాటే చెప్పబట్టే".

"దొర చెప్తాడంటే చెప్పుతడు. ఆయన కాంట్రాక్టులు చేస్తాండ్లు. బ్రాండి షాపులు పెట్టిండు. రాజకీయాలు చేస్తాండు. ఆయనకు భూమితోని ఏం సంబంధం. ఉన్నయి లేనియ్ అమ్ముకోవాలని చూస్తాండు".

"చూడబోతే అట్లనే ఉన్నది. రేపు ఏం జరుగబోతుందో అర్థంకావటంలేదు. ఊళ్ళె సగం మంది భూములు ఇస్తామంటాండ్లు. నువ్వు నేను వద్దంటే ఆగెట్టు లేదు". రాములు నిరాశ చెందిండు.

"ఊరికి ఎట్లా రాసిపెట్టి ఉంటే అట్లా జరుగతది. కాని ఒక్కటి మాత్రం నిజం. ఊరికి ఉగ్గం వచ్చింది. ఊరు పోతది ఊర్లె జనం పోతరు. నీ చెరువు పోతది. చెరువు కట్టపోతది, కట్ట మీద మైసమ్మ పోతది. చెట్టు పోతది పిట్టపోతది. అంత సర్వనాశనం అయిపోతది". సాయిలు విషాదంలో మునిగిపోయి తూముబండ మీద నిలబడి కాలజ్ఞానం చెపుతున్నట్టుగా పలవరిస్తున్నడు.

అ క్షణంలో రాములుకు భారతంలో గీతోపదేశం చేసిన కృష్ణునిలా సాయిలు కన్పించసాగిండు.

* * *

7

స్థానిక జనరల్ మేనేజర్ సమావేశం ఏర్పాటు చేసిందు.

పెద్దంపేట భూసేకరణలో ఎటువంటి ఆటంకాలు ఏర్పడకుండా చూడటమే సమావేశ ఉద్దేశం. అందుకోసం చేయగలిగిన ప్రయత్నాలు చేయటానికి సిద్ధపడింది కంపిని. విశాలమైన చల్లని ఏసి గదిలో నల్లటి జిట్రేగి కర్రతో అందంగా నగిషిలు చేసిన విశాలమైన టేబుల్ ముందు ఖరిదైన పోష్ ఛైర్‌లో జీ.యం గారు కూచుని ఉన్నారు. ఆయనకు ఎదురుగా ఉన్న కూర్చిలో సర్పంచు రాఘవరావు, స్టాఫ్ ఆఫీసరు, పర్సనల్ మేనేజర్, ఎస్టేట్ ఆఫీసరు కూచొని ఉన్నరు. గోడవారగా ఊరినుంచి పిలిపించిన కొంత మంది పెద్దలు, ఆ ఊరికి చెంది, బొగ్గు బాయిలో పనిచేస్తున్న కార్మికులు కొందరున్నరు. ఒకరిద్దరు యూనియన్ నాయకులున్నారు.

పెద్దంపేట గ్రామానికి చెందిన ఆ కార్మికులు సింగరేణిలో వివిధ ఏరియాలలో పనిచేస్తున్నరు. భూసేకరణ నిమిత్తం గ్రామస్తుల నుండి వ్యతిరేకత రాకుండా చూడటానికి, వారి గ్రామస్తులే అయిన కార్యకులను వివిధ ఏరియాల నుండి పిలిపించారు. అలా పిలిపించటానికి వాళ్ళకు అన్ డ్యూటి మస్టర్లు ఇవ్వటమే కాకుండా, వాళ్ళ వ్యక్తిగత సమస్యలు ఏమన్నా ఉంటే పరిష్కరిస్తామని ఆయా బాయి మేనేజర్లు హామీలు ఇచ్చి మరీ పంపించారు.

కార్మికుల్లో కొందరికి చాలా సమస్యలే ఉన్నాయి. అందులో ఒకరికి భూపాల్‌పల్లి నుండి మళ్ళీ గోదారిఖనికి ట్రాన్స్‌ఫర్ చేయిస్తామన్న హమీ ఇచ్చారు. మరొకరికి మోకాలు నొప్పులతో బావిలో దిగలేకుంటా ఉంటే సర్‌పేస్ పనులు ఇస్తామని

ఆశచూపారు. మరి కొందరైతే మేనేజర్ పిలిచి మాట్లాడే సరికి పొంగిపోయి గ్రామస్తులకు సర్ది చెప్పుతామని స్వచ్ఛందంగా ముందుకు వచ్చారు.

ఏది ఏమైనా భూసేకరణతో ఎటువంటి ఆటంకాలు ఏర్పడకుండా చూడటానికి కంపిని తీసుకోవాల్సిన ముందు జాగ్రత్తలని తీసుకున్నది.

జనరల్ మేనేజర్ గారి సన్నటి పెదవులు విచ్చుకోగా "చూడు రాఘవరావుగారు, వచ్చే నెల మొదటి వారంలో పబ్లిక్ హియరింగ్ జరుగుతుంది. డేట్ ఇంకా నిర్ణయం జరగలేదు కాని, మొదటి వారంలో తప్పనిసరిగా ఉంటుంది. గతంలో అయితే ఇటువంటి పరిస్థితి లేకుండేది. కంపిని బొగ్గు బావుల కింద భూములు తీసుకుంటుందంటే గ్రామస్తులు స్వచ్ఛందంగా ముందుకు వచ్చే వాళ్ళు కాని ఇప్పుడా పరిస్థితి లేదు. అట్లని ప్రభుత్వం భూములు సేకరించకుండా ఉండేది లేదు. ఎట్లాగు భూములు తీసుకోవటం అనివార్యం అయినప్పుడు సామరస్యంగా పని జరిగిపోతే బాగుంటుందికదా!" అన్నాడు.

సర్పంచ్ రాఘవరావు ప్రసన్నంగా మొఖం పెట్టి నిజమేనండి "సమస్య మీకే కాదు, మాకూ తలనొప్పిగా మారింది. మింగమంటే కప్పకు కోపం, వద్దంటే పాముకు కోపం అన్నట్టుగా ఉంది మా వ్యవహారం. అయితే మొత్తం గ్రామం పరిస్థితి ఒక్క తీరుగాలేదు. నా మట్టుకు నాకైతే మా భూములు ఇవ్వటానికి సిద్ధమే. గ్రామంలో కొంతమంది ఇస్తామంటాండ్లు, మరికొంతమంది ఇవ్వం అంటాండ్లు". అన్నాడు దీర్ఘంగా నిట్టూర్చి.

ఎర్రటి బక్క మొఖం కల్గిన స్టాఫ్ ఆఫీసర్ కల్పించుకొని "ఇవ్వమని భీష్మించుకుని కూచుంటే భూసేకరణ ఆగేది కాదు" అన్నాడు నింపాదిగ్గా.

"ఆగక పోవచ్చుకాని గ్రామస్తుల నుండి వ్యతిరేకత తీవ్రమైతే తలనొప్పి" అన్నాడు యునియన్ నాయకుడు.

"అటువంటి బాదరబంది ఉండద్దనే కదా మా ప్రయత్నం" అన్నాడు పర్సనల్ మేనేజరు.

సర్పంచు కల్పించుకొని "నష్టపరిహారం విషయంలో మరికాస్త ఉదారంగా ఉంటే ఇవ్వమన్న వాళ్ళలో చాలామంది కూడా ముందుకు రావచ్చు".

ఎస్టేట్ ఆఫీసరు తాను కుర్చీ నుండి కాస్త ముందుకు వంగి సర్పంచ్‌కేసి చూస్తూ "నష్టపరిహారం విషయంలో కంపిని పాత్ర ఏముందదు. రెవిన్యూ డిపార్టుమెంటు

వాళ్ళు ఎట్లా నిర్ణయిస్తే దాన్ని అమలు చేయటం తప్ప అంతకు మించి చేసేది ఏముందదు" అన్నాడు.

"కాని అందులో కూడా చాలా తిరుకాసులున్నాయి. రెవిన్యూ వాళ్ళ లెక్కలన్ని తప్పుడు తడకలుగా ఉన్నాయి. వాళ్ళను లెక్కలోకి తీసుకుంటే మళ్ళీ లొల్లి పుట్టినట్టే" అన్నాడు సర్పంచు.

"భూముల వాల్యుయేషన్‌లో కంపిని చేసేది ఏముందదు". అన్నాడు మరోసారి ఎస్టేట్ ఆఫీసర్ నిర్లిప్తంగా. "కాకుంటే కంపిని స్వచ్ఛందంగా పదినుండి ఇరువై శాతం ఎక్సెస్ పేమెంటు చేసే అవకాశం ఉంది. అదికూడా మా చేతిలో ఉండదు. పైనుండి అనుమతి తీసుకుంటే తప్ప అది సాధ్యంకాదు".

సర్పంచ్‌తో పాటు సమావేశంకు వచ్చిన ఊరి పెద్ద మాధవరావు అయిష్టంగానే కదిలి "అట్లయితే కష్టమే మరి, ఏండ్లకు ఏండ్లు సాగు చేసుకుంటున్న భూమిని రైతులు అమ్ముకోవటానికి సిద్దపడరు. ఎవడన్నా సచ్చి చెడి అమ్ముకుందామంటే భూములకు ధరలు ఎక్కడున్నయి. పదివేలకు ఇరువై వేలకు ఎకరం అమ్ముకున్నోళ్ళున్నరు. రిజష్టేషన్ కాడికి వచ్చేసరికి చార్జీలు తడిసి మోపెడు అయితనవి. అమ్మిన ధర కంటే తక్కువ చేసి రిజష్టర్ చేయించుకున్నవాళ్ళు చాలామంది ఉన్నరు. ఇక రెవిన్యూ వాళ్లు ఏ లెక్కన తీసుకుంటరు. ఇటీవల అమ్మకం జరిగిన భూమి విలువను తీసుకొని లెక్కకట్టి ఇస్తామంటరు. ఆ లెక్కన అన్యాయం అయితది" అన్నాడు.

సర్పంచు నిజమే అన్నట్టుగా తలాడించి "రెవిన్యూ లెక్కల ప్రకారం భూమి ధరలు చెల్లిస్తామంటే ఇంతవరదాక భూమి ఇస్తామని ముందుకు వచ్చిన వాళ్ళుకూడా ఇవ్వమంటరు. కంపిని ఎక్కువ ధర చెల్లిస్తదని ఆశపడుతాండ్లు. అది కూడదంటే కష్టమే" అన్నాడు.

భూసేకరణలో ఇన్ని తిరకాసులు ఉన్న సంగతి అర్థం కాని స్టాఫ్ ఆఫీసర్ తెల్ల మొఖం వేసి "మరైతే ఎట్లా" అన్నాడు.

"చట్టం సంగతేముందండి. అది ఎటు తిప్పితే అటు వంగే కఱ్ఱ అటువంటిది. ఇక్కడ ఈ ప్రాంతంలో భూమి ధరలు తక్కువున్నయి. అదే ఆంధ్ర ప్రాంతంలో భూముల ధరలు లక్షల్లో పలుకుతానయి. ఏరియాను బట్టి ప్రాంతాన్ని బట్టి భూమి ధరల్లో తేడాలున్నయి. మేమేమన్నా లక్షల్లో ఇవ్వమంటానమా? ఏదో కొంత పెంచి

ఇవ్వమంటానం. అది కూడాదంటే ఇక మేం చేసేది ఏముండదు" అన్నాడు సర్పంచు నిష్కర్షగా.

ఆయన బాధ ఆయనది వీలైనంత వరకు ఎక్కువ నష్టపరిహారం రాబట్టాలనే ఆలోచనలో ఉన్నాడు. భూమికి ధరపెరిగితే అందరికంటే ఎక్కువ లాభపడేది సర్పంచే. ఎందుకంటే ఊరిలో భూములు ఎక్కువున్నది ఆయనకే.

భూసేకరణ వ్యవహారమేదో జనరల్ మేనేజర్ గారికి అంతు పట్టకుండా ఉంది. ఇందులో ఇన్ని తిరకాసులు ఉంటాయని ఆయన ఊహించలేదు. దాంతో ఆయన ఎస్టేట్ ఆఫీసర్ కేసి చూసి "ఏదైనా మెరుగైన ఉపాయం లేదా" అంటూ అడిగిండు.

"ఒక్కటి మాత్రం చేయవచ్చు. భూసేకరణలో భూమి రిజిష్టర్ విలువలే కాకుండా ఆ భూమినుంచి వచ్చే ఆదాయాన్ని బట్టి కూడా భూమి విలువ చేయవచ్చు. అందులో ఏదన్నా అటుఇటు జరుపే అవకాశం ఉంటుంది".

"అదెట్లా" స్టాఫ్ ఆఫీసరు అర్థంకాక అడిగిండు.

"చాలాసింపుల్. చిన్న పిల్ల కాలువ చూయించైనా ఒక పంట పండే భూమిని రెండు పంటలు పండే భూమిగా చూయించవచ్చు. ఇంక చెరువులు కుంటలున్న భూములకు కాస్త ఎక్కువ ధర ఇప్పించవచ్చు. అదికూడా రెవిన్యూ డిపార్టుమెంటు వాళ్ళు అంగీకరిస్తనే" అన్నాడు ఎస్టేట్ ఆఫీసర్.

సర్పంచు సంతృప్తిగా మొఖం పెట్టి "రెవెన్యూ డిపార్టుమెంటు వాళ్ళను ఏదోవిధంగా ఒప్పించవచ్చు. నాల్గుపైసలు మావి కాదంటే పని సజావుగా జరిగిపోతుంది" అన్నాడు భరోసాగా.

జనరల్ మేనేజర్ కూడా సంతృప్తి చెందిండు. ఎందుకంటే భూసేకరణ విషయంలో ప్రజలనుండి వ్యతిరేకత వస్తున్న క్రమంలో మరింత ఉదారంగానైనా భూసేకరణ సజావుగా జరిపించాలని పైనుండి ఆదేశాలున్నాయి.

దాంతో ఆయన "రైతులకు ఏవిధంగా మేలు జరగుతుందంటే ఆ విదంగా నడుచుకోవాలన్నదే కంపిని అభిప్రాయం" అన్నాడు. పైకి ఆయన అట్లా అన్నాడు కాని వాస్తవం ఏమిటో ఆయనకు తెలియందికాదు. బొగ్గు గనుల కింద భూసేకరణ ఈనాటిది కాదు. కంపిని పుట్టినప్పటి నుండి జరుగుతున్న వ్యవహారమే. ప్రజల

అమాయకత్వాన్ని, వెనుకబాటుతనాన్ని ఆసరాగా తీసుకున్న మేనేజుమెంటు కొన్ని తప్పులు చేసింది. ఇస్తామన్న నష్టపరిహారం విషయంలోను అనేక తిరకాసులు పెట్టింది. దాంతో రావల్సిన పైసలు రాక భూములు పోయి రైతులు నానా గోస పడ్డారు. రిహబిలిటేషన్ సెంటర్లలలో సౌకర్యాలు సరిగా లేక జనం పోవటానికి ఇష్టపడలేదు. ఈ బాధలన్ని చూసిన జనం బొగ్గు గనులకింద భూములు ఇవ్వాలంటేనే ఎనక ముందాడి లొల్లికి దిగిండ్లు. దాంతో కంపిని తెలివికి వచ్చి భూసేకరణలో కాస్త ఉదారంగా వ్యవహరించటానికి సిద్ధపడింది.

“సర్పంచ్ గారు” అంటూ జీయంగారు సర్పంచు మొఖంలోకి చూస్తూ “కంపినికి కాస్త భారం అయినా సరే రైతులు నష్టపోకుండా చూడటమే మంచిది” అన్నాడు.

జీ.యంగారి ఉదార స్వభావానికి సర్పంచు మనసు సంతృప్తి చెందింది.

“ఏ సమస్య అయినా కానియండి, పరిష్కరించుకోవాలనే చిత్తశుద్ధి ఉంటే పరిష్కరించుకోవటం సులభమే. అనకూడదు కాని మీలాంటి అధికారులు లేకపోవటం వల్లే భూసేకరణలో అనేక సమస్యలు అవకతవకలు జరిగి ఇప్పుడీ పరిస్థితికి దారితీసింది. సరే జరిగిందేదో జరిగిపోయింది. ఇప్పుడు భూసేకరణ పని సులభం అవుతుందనే ఆశ ఉంది”. అన్నాడు.

“అయినా భూసేకరణ అంత సులభం అనిపిస్త లేదు. హక్కుల సంఘం వాళ్ళంట వాళ్ళెవలో దర్తి బాచావో ఆందోళనకారులంటా ఓపెన్ కాస్టులకు వ్యతిరేకంగా ప్రచారం చేస్తున్నరు. ఓపెన్‌కాస్టుల వల్ల పర్యావరణం దెబ్బతింటదని ప్రచారం చేస్తాండ్లు. ఒకవేళ బొగ్గు గనులంటూ తవ్వుకోదలుచుకుంటే అండర్‌గ్రౌండ్ గనులే తవ్వుకోవాలంట. అదికూడా భూమి పోయిన రైతులకు భూములకు బదులు భూములు ఇవ్వాలంట. సకల సౌకర్యాలతో ఇండ్లు కట్టించి ఇవ్వాలంట. వాళ్ళ కోరికలు చూస్తుంటే కంపిని నెత్తిన గుడ్డ వేసుకొని పోవాల్సిందే” అంటూ స్టాఫ్ ఆఫీసరు తన అసహనాన్ని వెల్లగక్కిండు.

హక్కుల సంఘం, దర్తి బచావో అందోళనకారుల ప్రస్తావన వచ్చేసరికి ఒక్కసారిగా వాతావరణం గంభీరమైపోయింది.

సర్పంచు బేలగా మొఖం పెట్టిండు, “మీరు ఎంత ఉదారంగా వ్యవహరించినా ఆ సమస్య ఒకటి ఉండనే ఉంది. మా మాటలు ఊరి జనం ఏ మేరకు వింటారన్నది అనుమానమే. అందులో కొద్దిమంది యువకులు మరీ పట్టుదలగా ఉన్నారు. చివరికి ఇది ఎటుదారి తీస్తుందో అర్థం కాకుండా ఉంది”.

జీయంగారు సర్పంచు మొఖంలోకి చూస్తూ "సర్పంచుగారు మీరా విషయంలో ఏం ఆందోళన చెందాల్సిన పనిలేదు. ఆ వ్యవహారం ఏదో ప్రభుత్వమే చూసుకుంటుంది. మీకు తెలుసుకదా, సింగరేణి ప్రభుత్వరంగ సంస్థ. దేశానికి బొగ్గు అవసరం. బొగ్గు ఉత్పత్తి పెంచకుంటే అభివృద్ధి లేదు. ఎవరో ఆటంకాలు కల్పిస్తాండ్లని ప్రభుత్వం చేతులు ముడుచుకొని కూచుంటదా! ఎవరిని ఎట్లా అదుపులో పెట్టాలో ప్రభుత్వమే ఆలోచిస్తుంది. మనం చెయ్యగలిగిన పనల్లా మన వంతు కర్తవ్యాన్ని మనం నిర్వర్తించటమే" జీయం గారు మళ్ళీ ఇలా అన్నాడు. "హక్కుల సంఘం వాళ్ళను, దర్తి బచావ్ ఆందోళనతో ప్రభుత్వం సీరియస్‌గానే తీసుకున్నది. ఇటువంటి వాటిని మొగ్గలో తుంచి వేయకుంటే ప్రమాదం అన్న ఆలోచనలు లేకపోలేదు. ఈ వ్యవహారం మేనేజుమెంటుకు కూడా తలనొప్పిగా మారింది. అయితే ఏదో విధంగా ఈ ఆపద గట్టెక్కాలని చెయ్యగలిగిన ప్రయత్నమల్లా చేస్తుంది". అన్నాడు పర్సనల్ మేనేజర్.

తన లావాటి కళ్ళద్దాలను సవరించుకొని సమావేశానికి కార్మికులను తీసుకొని వచ్చిన గుర్తింపు సంఘం నాయకున్ని చూస్తూ మాట్లాడసాగిండు.

"ఈ విషయంలో కంపినికి సహకరించటానికి మన గుర్తింపు సంఘం ముందుకు రావటం సంతోషం" అన్నాడు.

"మాదేముందండి, కంపిని నాల్గు కాలాలపాటు నడవాలన్నదే మా సంకల్పం" అన్నడు గుర్తింపు సంఘనాయకుడు. సమావేశానికి కార్మికులను రప్పించడంలో గుర్తింపు సంఘం నాయకులదే కీలక పాత్ర, అనేక విధాలుగా కార్మికులకు ఆశలు చూసి తీసుకవచ్చిండ్లు.

పర్సనల్ మేనేజర్ కార్మికులను ఉద్దేశించి మాట్లాడసాగిండు. "పరిస్థితి మీకు అర్థం అయిందనుకుంటాను. కంపినిలో మనం నాల్గుకాలాల పాటు కొనసాగాలంటే మీ సహాయ సహకారాలు అవసరం అని భావిస్తున్నాను. మీకు తెలుసు, సంస్థలో అండర్‌గ్రౌండ్ గనులు మూసివేయకుండా కంపిని ఎందుకు కొనసాగిస్తున్నది. కేవలం కార్మికుల కోసమే అండర్‌గ్రౌండ్ గనులు మూసివేస్తే అందులో పనిచేసే కార్మికులు ఏంకావాలి. రోడ్డునపడటం తప్ప మరోమార్గం ఏముంటది. అందుకే మనం మన ఉద్యోగాలు కాపాడుకోవాలన్నా కంపిని నాల్గు కాలాలపాటు నిలబడాలన్నా లాభదాయకమైన ఓపెన్‌కాస్టు గనులు కొనసాగాలి. అందుకోసం సంస్థలో పనిచేసే ప్రతి ఉద్యోగికి బాధ్యతుంది" అంటూ ఆయన ఇంకా చాలా చెప్పుకొచ్చిండు.

యూనియన్ నాయకుడు నిజమే అన్నట్టుగా తలాడించిండు. ఏ భావం అర్థంకాని మొఖంతో జీ.యం పర్సనల్ ఆఫీసర్ కేసి చూస్తుండి పోయిండు. సర్పంచ్, ఊరి పెద్ద మౌనంగా ఆలకించారు.

పర్సనల్ మేనేజర్ అక్కడికి వచ్చిన కార్మికుల కేసి గుచ్చి చూస్తూ "సోదరులారా, మీరు చెయ్యాల్సిన పనల్లా ఒక్కటే. మీ ఊరిలో మీకు పరిచయం ఉన్నవాళ్ళు, బంధువులు ఎంతో మంది ఉంటారు. వారికి కంపిని భూములు ఇవ్వటం వల్ల కలిగే లాభం ఏమిటో వాళ్ళకు విడమర్చి చెప్పటమే. భూములు పోయినందుకు నష్టపరిహారమే కాదు. కంపిని నిర్వాసితులను ఉద్యోగాలు ఇచ్చే పద్ధతి ఇంకా వదులు కోలేదు. కాస్త ఎనక ముందో భూములు పోయినోళ్ళందరికి ఉద్యోగాలు ఇచ్చుడు ఇచ్చుడే" అన్నాడు.

ఆయన మాటల్లో ఆయనకే నమ్మకం లేదు. ఎందుకంటే కంపిని ఇప్పటికే నలుబైవేలమంది కార్మికులు ఎక్కువగా ఉన్నారని, వారిని ఎట్లా తొలగించుకుందామని రకరకాల ఎత్తులు ఎత్తుతుంటే ఇక భూ నిర్వాసితులకు కొత్తగా ఉద్యోగాలు ఇచ్చేది ఎక్కడిది. ఉత్త భూటకం అన్న విషయం ఆయనకు తెలుసు. అయితేనేమి ఏదో విధంగా నమ్మించాలన్న తన ప్రయత్నాన్ని మాత్రం వదులుకోలేదు.

పర్సనల్ మేనేజర్ చివరగా ఒక్కమాట అన్నాడు. "మీరు కంపినికి సహకరిస్తారనటంలో నాకు ఏ మాత్రం సందేహం లేదు. కంపిని ఉద్యోగులుగా అది మన కర్తవ్యం. నాకు తెలుసు చాలామంది సోదరులకు చాలా సమస్యలున్నాయి. మన ప్రయత్నం విజయవంతమైతే మీ సమస్యలు కూడా పరిష్కరింపబడుతాయి. అందులో మీరేమి సందేహపడాల్సిన పనిలేదు". అన్నాడు భరోసా ఇస్తున్నట్టుగా.

జీ.యంగారు కూడా అందుకు సమ్మతిగా తలాడించిండు.

ఇంతలోకే ప్యూన్ ట్రేలో స్వీట్లూ, కారాప్లేట్లు పెట్టుకొని అతివినయంగా అందరికి సర్వ్‌చేసిండు. అధికారులు, కార్మికులు అనే తేడాలేకుండా ఉల్లాసంగా మాటల్లోకి దిగారు.

సమావేశం సంతృప్తిగా ముగినందుకు స్టాఫ్ ఆఫీసర్ మహా సంతోషపడ్డడు. ఈ సమావేశం కోసం ఆయన చాలా కష్టపడాల్సి వచ్చింది.

8

“భూమక్క, నేను ఇటువంటి రోజులు వస్తయి అనుకోలేదు” అన్నాడు సాయిలు ఒక రోజు.

తండ్రి కొడుకుల మధ్య భూమి విషయంలో ఘర్షణ మొదలైన తరువాత సాయిలుకు మనసు మనసుల లేదు. ఎవరితోనైనా తన మనసులో బాధ చెప్పకుందామంటే వినే వాళ్ళు కరువైండ్లు. తన బాధను అర్థం చేసుకొనే ఒకే ఒక వ్యక్తిగా భూదేవిని బావించిండు. వచ్చి భూదేవితోని తన మనసులోని బాధ వెళ్లగక్కిండు.

తండ్రి ఇచ్చిన రెండు ఎకరాలను నాల్గుఎకరాలు చేయటానికి సాయిలు ఎంత శ్రమించిండో, భూమి సంపాదించాలనే ఆకాంక్షతోని ఉప్పిడి ఉపాసం ఉండి ఎంత కష్టపడ్డడో భూదేవికి తెలియంది కాదు.

“ఏమో అన్న, చూడబోతే ఊరుకు పాడుకాలం దాపురించింది. ఒక్కలు ఒక్క మాట మీద ఉంటలేరు. కంపినోడు భూములు తీసుకుంటారంటే ఎగిరి గంతేస్తాండ్లు. వాడిచ్చే పైసలు ఏమి వస్తది. రేపు భూమి లేకుండా పోయిన తరువాత ఎట్లా బతుకుతరు.

“మావోడు అదే పాడుతాండు. అరె బిడ్డా ఆగం అయితవంటే వానికి చెవికి ఎక్కటం లేదు” అన్నాడు. సాయిలు పీక్క పోయిన మొఖంలో బాధ స్పష్టంగా గోచరించింది.

భూదేవి పరిస్థితి అట్లాగే ఉంది. "పెద్దోడేమో ఇస్తనే బాగుంటది అంటాడు. చిన్నోడు సచ్చినా పర్వాలేదు. భూమి ఇవ్వద్దు" అంటాండు. అంటూ తన బాధను వెల్లగక్కింది.

"మనం భూమి ఇవ్వమని చెప్తే ఏమైతది" అన్నాడు సాయిలు సాలోచనగా.

"ఏమో ఎట్ల ఉంటదో చూడాలి. సర్పంచు దొర భూమిని ఇవ్వటానికి సిద్ధమై కంపినోల్లతోని చెట్టా పట్టాలు వేసుకొని తిర్గుతాండు. పెద్ద రైతులు అటు ఇటు కాకుండా ఉన్నరు. వాళ్ళేమో ఎటువీలైతే అటు మొగ్గెతట్టున్నరు. ఇక కూలి నాలి చేసుకొనే వాళ్ళకు ఎటు సమజ్ అయిత లేదు. మనం ఇవ్వమని కూచున్న ఊకోరట. గవర్నమెంటు హుకం అట. నీళ్ళు లేనికాడ బొండిగ కోసినట్టు చేస్తాండ్లు అందరికి అందరు కల్సి".

భూదేవికి సాయిలు లాగే ఎటు అర్థం అయితలేదు. దారితెన్ను కనిపిస్తలేదు. చాలాసేపు ఒకరి బాధమరొకరు వెల్లబోసుకున్నరు. కెలికిన కొద్దీ ఆ బాధ ఎక్కువవుతున్నది తప్ప తగ్గలేదు. ఏదో పెను ప్రమాదం ముంచుకొస్తున్నది. దాన్ని ఎట్లా ఎదుర్కోవాలో వాళ్ళకు అర్థంకాలేదు.

పొద్దుబారెడు ఎక్కేదాక సాయిలు భూమక్కతోని మాట్లాడి అక్కడి నుంచి బయలుదేరిండు కాని ఇంటి దిక్కు పోబుద్ధికాలేదు. అప్రయత్నంగానే అతని కాళ్ళు చెరువు కట్టకేసి నడిచినయి. కట్టదిగి తాళ్ళతోపు కాలిబాట కేసి నడక సాగించిండు.

విరగబూసినట్టు కనుచూపు మేర తాటి, ఈతవనం మధ్య చెట్లతో పచ్చగా కన్పించింది. ఆ పచ్చదనం ఇప్పుడే కొత్తగా చూస్తున్నట్టుగా నిలబడి పోయి చుట్టు కలియ చూసిండు. మరికొద్ది రోజుల్లో ఈ తాటివనం ఈ చెట్లు ఉండయి అనే భావన అతన్ని కుంగదీసింది.

సాయిలు అక్కడే నిలబడిపోవటం మండువ కాడున్న ఎల్లగౌడ్ చూసి "ఏందే పెద్దయ్య అక్కడే నిలబడ్డవు". అంటూ ఎల్లగౌడు మందలించేసరికి సాయిలు మళ్ళీ ఈ లోకంలోకి వచ్చిండు.

"ఏందే ఎనకముందాడుతానవు" అన్నాడు నవ్వుతూ. ఈత చెట్టుకు ఆనించిన కర్రకున్న ఆకురాయి మీద కత్తిని పదనుపడ్తున్నడు.

"ఏంలేదు బిడ్డా ఊరికే"

“ఈ మధ్య వచ్చుడే బందైంది.”

“ఏం వచ్చేటట్టున్నది బిడ్డా, మునపటిరోజులు కావు” అన్నాడు నిర్లప్తంగా.

“ఏందే ఏదో బాధలో ఉన్నట్టున్నది”.

సాయిలు వచ్చి మండవ ముందున్న రాలచెట్టు మొదట ఉన్న బండమీద కూచున్నడు.

మొన్న కంపిని అధికారులు వచ్చి భూములు కొలుసుకొని పోయిండ్లు. అప్పటి నుండి ఎల్లగౌడ్‌కు మనసు తల్లడమల్లడమైతాంది. “భూములున్న వాళ్లకైతే కంపిని నష్టపరిహారం ఇస్తది. మరి మా గౌండ్లోల సంగతేంది. దాదాపు వెయ్యి తాటి చెట్లున్నయి. చుట్టు నాల్గు ఊళ్ళల్ల పేరున్నది మన తాటివనం. ఎంత లేదన్న వంద కుటుంబాలు బతుకుతానయి. మొన్న వచ్చి కంపినోళ్ళు మార్కు చేసిపోయిండు. కంపిని భూ సేకరణలో ఈ తాటి వనం కూడా పోతుందంట. అటు తరువాత మా బతుకులు ఏంకావాలి”. అంటూ తనబాధ వెళ్ళగక్కిండు.

“కంపినోడు ఎవన్ని బతకనిచ్చేట్టులేదు”.

“చూడబోతె గట్లనే ఉన్నది. మొన్న మావోల్లంత పోయి సర్పంచు సాబ్‌ను కల్సి మా సంగతేందని అడిగినం. ఆయనేమి చెపుతడు. నా చేతులేమున్నది. కంపిని ఎట్లా నిర్ణయంచేసే గట్లనట”.

“అందరి నోట్లే మట్టి గొడ్తాండ్లు”

“ఊరోల్లంతా కలిసి కాదంటే ఆగతదంటకదా” అన్నాడు ఎల్లగౌడ్.

అప్పుడే తాటికి ఎల్లివచ్చిన రాజాగౌడ్ “ఊరోళ్ళు ఏకమౌడా, అది అయ్యే పనికాదు”. అంటూ వంపుకొచ్చిన కల్లు బింకిని మండవ ముందున్న బింకుల కాడపెట్టిండు. కల్లేమో తెల్లగా నురుగులు కక్కుతూ బుసబుస పొంగివస్తాంది.

సాయిలు అన్ని మరిచి పోయి ఆశగా కల్లుకేసి చూసిండు. అది కనిపెట్టి రాజాగౌడ్ “నీకు ఇష్టమైన నాగుబాము కుబుసం చెట్టుది. ఒక్క బింకి పట్టరాదు” అన్నాడు.

సాయిలుకు ఆ క్షణంలో కల్లు మీద మనసు కొట్టుకున్నది. ఏదో యావలో పడిపోయి జేబులో పైసలు లేకుండా వచ్చిండు. దాంతో కాస్త ఎనకముందాడుతు “పొలం కాడికి పోతమని బయలుదేరిన” అంటా నసిగిండు.

“పోతే పోతువు. నిన్నేమన్న పైసలు అడిగిన్నానే. నువ్వేటు పోతవు నేను ఎటుబోత” అంటూ చిన్న బింకిలోకి కల్లువంపి సాయిలుకు పట్టుకొచ్చిండు. అక్కడే ఉన్న మోదుగుచెట్టు ఆకు తెంచి సాయిలు ఇచ్చిండు.

సాయిలు మారు మాట్లాడకుండా మోదుగు ఆకు తీసుకున్నడు. రాజగౌడ్ ఒక దమ్ము కల్లు వంపే సరికి చప్ప చేదుకల్లు కడుపులోకి పోయేసరికి బాధంతా కరిగిపోయి హుషారు ఎత్తింది. దాంతో మాట జోరెత్తింది.

“ఇయ్యాల పైసలు వస్తాయి అని ఎగురుతాండ్లు కాని రేపు అరిగోసపడ్తరు. ఎవనికి సమజ్ అయితలేదు. మనందరిని బలి పసులను చేయటానికి కంపినోడు పైసల ఆశ చూపుతాండు. ఆ పైసలు ఎన్ని రోజులుంటయి“ అంటూ సాయిలు మళ్ళీ మొదలు పెట్టిండు.

కల్లువంపిన బింకిని యాదాస్థితిలో పెట్టి రాజాగౌడ్ కాసేపు సేదదీరటం కోసం రాలచెట్టు కిందున్న బండమీద ఒక కాలు మడుచుకొని, మరోకాలు నేలకు ఆనించి సాయిలుకు ఎదురుగా కూచున్నడు.

“ఉన్నపలంగా ఎల్లిపోవాలంటే మా బతుకులు ఏం కావాలి. మా తాతల కానుంచి తాళ్ళు ఎక్కి బతుకుతానం. చెట్లు ఉంటనే కదా మా బతుకు” అన్నడు రాజాగౌడ్.

ఎల్లగౌడ్ కల్గించుకొని “కొందరేమో గౌండ్లోల్లకు కూడా తాటి చెట్లు కింద నష్టపరిహారం ఇస్తారంటాండు. మరికొందరేమో అది లేదంటాండ్లు. వాడు ఏమిస్తె ఏమొస్తది చెట్టుకు వందో యాభైయో లెక్కగట్టి ఇస్తడుకావచ్చు. అది పట్టుక పోయి ఇంత విషం కొనుక్కొని చస్తామన్నా రాదు“ అన్నాడు రాజాగౌడ్.

“ఏ విషం లేకుండానే మనషుల్ని చంపదలుచుకున్నది కంపిని. మనకు బతుకుదెరువు లేకుంటూ పోయిన తరువాత ఎన్ని పైసలు ఇస్తె ఏమౌతది. వాడు ఇచ్చి మూడు ముడికాలతోని ఎన్ని రోజులు బతుకుదాం” అన్నాడు సాయిలు.

“ఆ పైసలుకూడా ఇస్తారన్న నమ్మకం లేదు. కంపినోడు సొచ్చిదాక సోమలింగం, సొచ్చినంక రామలింగం అంటాండ్లు. మొన్న లింగాపుర్‌లో మా గౌండ్లోల్ల పరిస్థితి గట్లనే అయ్యింది. ముందుగాల చెట్టుకింత నష్ట పరిహారం ఇస్తామన్నడట. పైసలు ఇచ్చేకాడికి వచ్చిసరికి పట్టా భూములల్ల ఉన్న చెట్లకే పైసలు ఇస్తాం. పోరంబోకు భూములల్ల ఉన్న చెట్లకు ఏం ఇవ్వమని మొండికేసిండు. అప్పటికి జరుగవల్సిన

నష్టం జరిగిపోయింది. బుల్‌డోజర్లు పెట్టి చెట్లను కూల్చేసిండ్లు. ఇక చేతులు కాలినంక చేసేది ఏముంటది. కుటుంబాలన్ని గెబ్బడ పాలైనవి. కొంతమంది మన ఊరికి కూడా బతకవచ్చి కూలికి చెట్లు ఎక్కుతాండ్లు" ఎల్లగౌడ్.

"ఇంత అన్యాయం లోకం మీదచూడలే. మన భూముల్లో బొగ్గు పడ్తే మన బతుకులు బాగుపడాలి కాని, మన బతుకులు ఆగంచేసి వాడెవడో లాభపడుడేంది. వాని లాభం కోసం మనమందుకు భూమి వదులుకోవాలి" సాయిలు.

ఈ అన్యాయం ఏమిటో ఎవరికి అర్థంకావటం లేదు.

రాజాగౌడ్ లేసి రెండోసారి కల్లు వంచిండు. దమ్మారగ కల్లు తాగిన సాయిలు ఎటో చూసుకుంటూ మళ్ళీ మాట్లాడసాగిండు. "దేనికైనా పాపం పండాలి. పాపం పండేదాక దొంగలది లంగలదే రాజ్యం. అదిపాయే, భూమి తీస్కుంటే తీస్కున్నరే అనుకో, ఎనకటి లెక్కన ఉద్యోగాలు ఇచ్చుడు ఉంటదా అంటే అది ఉండదట ఏం లాభం".

"అడ్డరబుడ్డరి గాండ్ల లెక్కన మధ్యన పోలీసులేంది. బొగ్గుబాయిలు వస్తే మీ ఊరు బాగుపడ్తది అంటూ రోజు ప్రచారం చేయబట్టిరి. బొగ్గు బాయిలు వచ్చి ఏ ఊరు బాగుపడ్డది. 'సొమ్ము ఒకరిదైతే సోకు ఒకరిదైంది' అందరికి అందరు బదురుకున్నట్టుగా మన ప్రాణాలు తీయటానికి వస్తాండ్లు". ఎల్లగౌడ్ అసహనంగా గుణిగిండు.

"ఇటువంటి పరిస్థితి ఒకటి వస్తదని ఎవనికి ఎరుక, మా అయ్య బతికి ఉన్నప్పుడు ఒక్కతీర్గ మొత్తుకున్నడు. ఆ లీడర్‌కో ఈ లీడర్‌కో ఐదో పదో పెట్టి బొగ్గు బాయిల పనికి కుదురుకోరా అంటే వినక పోతిని" రాజగౌడ్ గతం తల్చుకున్నడు.

"నీయవ్వ బొగ్గు బాయిలకు పోయి ఎవ్వడు బాగుపడ్డడు. సచ్చినా బతికినా ఊరు విడిచేది లేదన్న కాని ఇప్పుడు ఊళ్ళో ఉండేట్టు లేదు. బయటికి పోయి బతికేటులేదు" రాజగౌడ్.

ఎల్లగౌడ్ అందుకొని "బాయి పనోళ్ళు మాత్రం ఏ సుఖంగా ఉన్నరని? వాళ్ళను కాల్చుక తింటాండ్లు. మా చిన్నాయన కొడుకు బాయి పనిచేస్తూ ప్రమాదం జరిగి సచ్చేటోడు బతికిండు. ఆ ప్రమాదంలో వాని తోని పనిచేసే నల్గురు కార్మికులు పిడాత సచ్చిండు. మావోనికి తొంటిరిగి ఆర్నెల్లు దవాఖాన్లో ఉన్నడు కాని ఏం ఫాయిదా లేకుండా పోయింది. బయట చూయించుకుంటే తుంటి బొక్క సరిగా

అతకలేదు. మళ్ళీ ఆపరేషన్ చెయ్యాలన్నారు. మళ్ళ ఆపరేషన్ అనేసరికి మళ్ళేమైతదోనని మావోడు భయపడి దవాఖానకు పోలేదు. బాయి ప్రమాదమని కొద్ది రోజులు సర్‌పేస్‌ల పని అప్పజెప్పిండ్లు. ఇప్పుడేమో రూల్స్ మారినయంట. అండర్‌గ్రౌండ్ వాళ్ళు సర్‌పేస్‌ల పనిచేయవద్దు అని కంపినోడు మళ్ళీ బాయి లోపలికి పంపిండు. ఇక వాని అవస్థ సూడాలే. ఇటు పని మానుకోలేక అటు పని సేయలేక రోజుకో సావు సస్తాండు. అదంతా చూసిన తరువాత బావి పనవ్వను కుక్కలు దెం.. సచ్చినా, బాయి పని వద్దు అనిపించింది" అంటూ నిటూర్చిండు.

"పనిచేసేటోని బతుకు ఎక్కడికి పోయినా ఒక తీరుగానే ఉంది. ఇంతమందిని ఇన్ని తీర్ల అరిగోస పెట్టి కంపినోడు ఏం పాపుకుంటడు" అన్నడు సాయిలు.

"కంపినికేంది బాగానే ఉంది. లాబపడేటోడు లాబపడ్తాండు. గాలి పిట్టలు తీర్గ తిర్గె దొరలు బాగుపడ్తాండ్లు. కాంట్రాక్టర్లు బాగుపడ్తాండు". అంటూ రాజగౌడ్ లేచి మరో దమ్ము వంచిండు.

కల్లు చివరి దమ్ములాగి సాయిలు పోవయటానికి లేచిండు. మత్తు కమ్ముకోగా ఉషారెత్తింది. "ఏందో బిడ్డా ఎటో పోతనని ఎటో బయలుదేరిన. ఏమైన పాము కుబసం కల్లే కల్లు బిడ్డా. సాయంత్రమైనా నిషా దిగదు. సాయంత్రం ఇంటికిరా పైసలు తీస్కపోదుపు" అంటూ ముందుకు కదిలిండు.

"నీ దగ్గర పైసలు ఎటు పోతయే. నీ ఇంట్లున్న ఒక్కటే నా ఇంట్లున్న ఒక్కటే" అంటూ రాజగౌడ్ ఖాళీ అయిన బింకిని కడుక్కోసాగిండు.

సాయిలు లేచి ఇంటిదారి పట్టిండు. పొద్దున్నే తినకుండా పరగడుపున కల్లు పట్టించేసరికి మత్తు తలకు ఎక్కి నడక సరిగా రావటం లేదు. తమాయించుకొని ముందుకు సాగిండు. కొద్ది దూరం వచ్చేసరికి తాళ్ళ మైసమ్మ గుడి కన్పించింది. ఒక్క క్షణం నిలడిపోయి రెండు చేతులు జోడించి "అమ్మ తల్లి, నువ్వే కాపాడాలి". అంటూ మొక్కిండు.

కాని ఆ క్షణంలో సాయిలుకు తాళ్ళు పోయి భూమిపోతే తాళ్ళమైసమ్మ తల్లి మాత్రం ఎక్కడుంటది అనే చిత్రమైన ఆలోచన వచ్చింది. అంతలోకే ఏదో తప్పు జరిగిపోయినట్టుగా రెండు చెంపలు వేసుకొన్నడు.

* * *

9

ప్రభుత్వం బొగ్గు ఉత్పత్తి పెరుగుదల గురించి చాలా పట్టుదలగా ఉంది.

దేశంలో బొగ్గు ఉత్పత్తుల విషయమై సాధించాల్సిన ప్రగతి గురించి ప్రత్యేకంగా ఏర్పాటు చేసిన కమిటి చాలా సూచనలు చేసింది. వచ్చే పాతికేండ్లలో బొగ్గు ఉత్పత్తులు నాలుగు రెట్లు పెంచాలని సూచించింది. కమిటి సూచనలను ప్రధాన మంత్రి చాలా యధాలాపంగా నింపాదిగ్గా ఏ విచారం వ్యక్తం కాని మొఖంతో పార్లమెంటులో బహిర్గత పరిచిండు.

"బొగ్గు ఉత్పత్తిలో సాధించాల్సి లక్ష్యాలు చాలా ఉన్నతమైనవి. లక్ష్యాలను చేరుకోవాలంటే బొగ్గు ఉత్పతిత రంగంలో ప్రవేటు సంస్థలను అనుమతించటమే కాకుండా, ప్రైవేటు సంస్థల ప్రవేశానికి ఆటంకంగా ఉన్న అన్ని చట్టాలను పునర్ సమీక్షించించుకోవాల్సిన సమయం ఆసన్నమైంది" అన్నాడు.

ప్రతిపక్ష మేధావులు రకరకాలుగా వాఖ్యానించారు.

"ఇప్పుడాయన సంస్కరణలకు ఏ ఆటంకాలు లేవు. నిన్న మొన్నటి దాక కమ్యూనిస్టుల అవసరం ఉండేది. ఇప్పుడా అవసరం లేదు." అన్నారు కొందరు.

"ఇంకేం ఉంది, సంస్కరణ రథం ఆఘమేఘాలు మీద పరుగులు తీయిస్తున్నారు" మరికొందరు. "దేశప్రగతి ప్రమాదంగా మారిన తీవ్రవాద శక్తులను సహించేది లేదు. ఎటువంటి ఆటంకాలు ఎదురైనా అభివృద్ధి రేటును రెండంకెలు సాధించటానికి వెనక్కితగ్గేది లేదు". అని పధానమంత్రి ప్రకటించాడు.

అభివృద్ధి విషయంలో ప్రభుత్వం అంత పట్టుదలగా ఉన్నప్పుడు బొగ్గు ఉత్పత్తులను పెంచేందుకు ప్రభుత్వం చేసే చర్యలను వ్యతిరేకించే విద్రోహశక్తులను ఎట్లా సహిస్తుంది.

దేశంలో సంస్కరణలు ఆరంభమైన తరువాత అభివృద్ధికి అర్థం మారిపోయింది. కాకులను కొట్టి గద్దలను మేపటమే అభివృద్ధి అయ్యింది.

ఎంతో ప్రసిద్ది పొందిన ప్రభుత్వరంగ సంస్థలు పాలకుల అభివృద్ధి విధానాలకు విలవిలలాడాయి. ప్రభుత్వరంగ సంస్థలో అంతర్గత ప్రవేటీకరణ, ఔట్‌సోర్సింగ్, ప్రభుత్వరంగ పరిశ్రమలను నిర్వీర్యపరిచాయి. ప్రవేటు రంగానికి ప్రోత్సాహకాలు ప్రభుత్వరంగానికి అడుగు అడుగున ఆంక్షలు పాలకుల విధానాలుగా మారిపోయాయి. ప్రవేటు సంస్థలకు పన్నుల రాయితీలు ప్రభుత్వరంగ సంస్థలపై పన్నుల భారం అడుగు అడుగున ప్రభుత్వ ప్రైవేటు రంగాల మధ్య వివక్ష ప్రభుత్వరంగ సంస్థలను మధ్యశీల మీదికి చేర్చింది.

దేశంలోనే మొట్టమొదటి ప్రభుత్వరంగ బొగ్గు సంస్థ అయిన సింగరేణి అందుకు మినహాయింపు కాదు. సింగరేణిలో అంతర్గత ప్రవేటీకరణ, ఔట్‌సోర్సింగ్ పెరిగిపోయి ఉత్పత్తిలో కాంట్రాక్టర్లదే మూడవంతు పాత్రయింది. ఉత్పత్తిలో కార్మికుల ప్రాధాన్యత తగ్గిపోయింది. ఇట్లా మిగులుగా తేలిన కార్మికులను తొలగించేందుకు వి.ఆర్.యస్ వంటి అనేక పథకాలు అమలులోకి వచ్చాయి. ఆ విధంగా నలుబైవేల మంది కార్మికులను తొలగించింది. కార్మికుల తొలగింపు పక్రియ మరింత వేగవంతంగా సాగుతున్నది.

ప్రభుత్వరంగ బొగ్గు సంస్థలో ప్రవేటు పాత్ర పెరిగిపోవటమే కాకుండా, బొగ్గు ఉత్పత్తిలో దేశవిదేశీ ప్రవేటు సంస్థలు చొచ్చుక రావటానికి ఉన్న చట్టపరమైన అడ్డంకులన్ని ఎత్తివేసింది. దేశసంపదను ప్రైవేటు సంస్థల లాభాల కోసం అభివృద్ధి పేరుమీద దారాదత్తం చేసే దుర్మార్గం అధికారమైంది.

ప్రపంచీకరణ విధానాలను నెత్తికెత్తుకున్న పాలకులు అభివృద్ధి యజ్ఞంలో సమిధలైపోతున్న ప్రజల ఆందోళనలన్ని సహజంగానే అభివృద్ధి నిరోధకులుగా అరాచక శక్తులుగా కన్పించటంలో ఆశ్చర్యపోవాల్సిందేమిలేదు. అటువంటి 'అభివృద్ధి నిరోధకులను' అణచటానికి ప్రభుత్వం ఎంతకైనా తెగిస్తుంది.

పెద్దంపేటలో కంపిని చేపట్టే ఓపెన్‌కాస్టు విస్తరణ చర్యలను అడ్డుకునేందుకు ప్రయత్నిస్తున్న పోరాడే శక్తులను ఎట్లా సహిస్తుంది.

ప్రతిఘటన చిన్నదేకాని, ప్రభుత్వం మాత్రం ప్రతిఘటనను అణిచివేయటానికి పెద్ద కర్రనే ఉపయోగించింది. స్థానిక డీయస్పీకి, రాష్ట్ర డీజీపి నుండి స్పష్టమైన ఉత్తర్వులు వచ్చినవి. బొగ్గు గనుల విస్తరణ కార్యక్రమాన్ని అడ్డుకొనే శక్తులను అణిచివేయాలని వాటి ఆదేశం.

పోలీసుల వేట మొదలైంది. "హక్కుల సంఘపు మేధావుల సంగతి మనకెందుకు. వాళ్ళ సంగతి తరువాత చూద్దాం. ముందుగా వాళ్ళకు సహకరించే వాళ్ళెవరో తేల్చండి. వేర్లు కట్‌చేస్తే చెట్టు అదే ఎండి పోతుంది" అంటూ డీయస్పీ కిందిస్థాయి పోలీసు అధికారులను ఆదేశించిండు. వాళ్ళను ఎందుకు వదిలేయాలి. ముందు హక్కుల సంఘం వాళ్ళను, మేధావులను ఆ ఏరియాలకు రాకుండా చెయ్యాలి" అన్నాడు కుర్ర సర్కిల్ అతి ఉత్సాహన్ని ప్రకటిస్తూ.

పిల్లకాకికేమెరుక ఉండేలు దెబ్బ అన్నట్టుగా డీయస్పీ నవ్వింండు. "అవసరమస్తే ఎవరిని వదిలేదిలేదు. గోరుతో పొయ్యేదానికి గొడ్డలి ఎందుకు అన్నాడు".

కుర్ర సర్కిల్‌కు ఎటు అర్థంకాక ఎర్రి మొఖం పెట్టిండు.

"ఎంతైనా మనది ప్రజాస్వామిక దేశంకదా అనవసర లొల్లిలు ఎందుకు. సున్నితంగా పరిష్కారానికి మార్గం ఉండగా" అంటూ మరోసారి నవ్విండు.

సర్కిల్‌కు ఏదో అర్థం అయినట్టుగా సవినయంగా తలాడించిండు.

మూడోరోజున ఒకనాటి సాయంత్రం సివిల్ డ్రెస్ పోలీసులు వలపన్ని వెంకటేశంను దొరక బుచ్చుకొని జీబులో బలవంతంగా ఎత్తుకొచ్చి సర్కిల్ ముందునిలిపిండ్లు.

అప్పటికి అయోమయంలో మునిగిపోయిన వెంకటేశం భయంతో బక్క సచ్చి ఉన్నడు.

సర్కిల్ గుర్రుగా కోపంతో చూచి "నువ్వన్న మాట ఊరోల్లందరిని కూడగట్టి ఓపెన్‌కాస్టు విస్తరణ కార్యక్రమాన్ని అడ్డుకుంటున్నది". అన్నాడు పెద్దగా గొంతుపెంచి.

"నేనే కాదు ఊరోళ్ళందరు వ్యతిరేకిస్తున్నారు". అన్నాడు వెంకటేశం కాస్త ధైర్యం తెచ్చుకొని.

"ఊరోల్లందరా. ఏం కథలు చెప్తన్నవా".

"మీ ఊర్లో మీటింగ్ పెట్టించిందెవరో, ఆ మీటింగ్‌లో నువ్వేమి మాట్లాడావో మాకు తెల్వది అనుకున్నావా".

"ఏం మాట్లాడాను"

"ఏం మాట్లాడావో గుర్తుతెచ్చుకో. లేకుంటే మమ్మల్నె గుర్తుకు తెప్పించమంటావా! ఓరెయ్ ఫోర్ నాట్ టు ఒకసారి ఇటురా!" అంటూ సర్కిల్ గుర్రుగా చూసిండు.

ఫోర్ నాట్ టూ లాఠీ ఊపుతూ ముందుకు వచ్చిండు.

"నిజం కక్కించటానికి మావోళ్లెంత తొందర పడుతాండ్లో చూసినవా! మావోళ్ళ చెయ్యిపడ్తె పెండ్లానికి కూడా పనికిరాకుండా పోతవు". అంటూ సర్కిల్ విచిత్రంగా నవ్విండు.

"నేనేమి చేసిన"

"ఏం చేసినవో నీకు తెల్వదారా! నీతోని ఎవలు ఎవలున్నరు".

"ఊరోల్లందరూ అనుకున్నదే"

"ఏమనుకున్నరా"

"అయ్యా బొగ్గు బాయిల కింద భూమిపోతే బతుకెట్లా అనుకున్నరు. నష్టపరిహారం చాలదంటాండ్లు. తీసుకున్న భూమి బదులు భూమి ఇస్తే తప్ప భూములు వదలేది లేదన్నరు".

"ఏమో అనుకున్న నువ్వు ఘటికుడివేరా!" అంటూ సర్కిల్ వెటకారంగా బొమ్మలు ఎగరేసిండు.

"లొల్లి పెట్టమని నీకు ఎవడు చెప్పిండురా" అన్నాడు నింపాదిగ్గా.

"ఒకరు చెప్పేదేంది ఇది మా ఊరిబాధ. అందరిబాధ అందరు కల్సి అనుకున్నదే".

"నువ్వు కథలు బాగానే చెప్తావురా! నువ్వు చెప్పెకథలు నమ్మమంటావు".

"మీకు కథలనిపిస్తానయి కాని ఇది మాకు జీవన్మరణ సమస్య" అన్నాడు.

సర్కిల్ అక్కడున్న ఎస్సై కేసి తిర్గి చూస్తూ "నేను చెప్పలే, వీడు మామూలు మనిషికాదని. ఎంత మాత్రం భయం బెరుకు లేకుండా మాట్లాడుతాండంటే వీడు మషూర్‌గాడే" అని వెంకటేశం కేసి తిర్గి

"నువ్వు చంద్రన్నను ఎప్పుడు కలిసినావురా"

"చంద్రన్నా, ఆయనెవరు"

"నీకు చంద్రన్న ఎవరో తెల్వదారా! నకరాలు చేస్తానవా! నక్సలైటు నాయకుడు చంద్రన్న"

"నాకు ఆయనెవరో తెల్వది"

"నీకు తెల్సుబిడ్డా. అంత తొందరగా నువ్వెట్లా ఒప్పుకుంటావు. నువ్వు ఏ సమయంలో వాన్ని ఎక్కడ కల్సినవో అన్ని మాకు ఎరుకే".

"నాకు నిజంగానే ఆయనవరో తెల్వదు."

"కథలు చెప్పకు. నీకు వానితో సంబంధాలున్నాయని ఇంటెలిజెన్స్ నుండి రిపోర్టులున్నయి. ఏం లేకుంటే మేం పనిలేక పిల్చినామారా! లేకుంటే నీకు ఈ లొల్లితోని ఏం సంబంధం. ఎందుకు పనిగట్టుకొని మానవ హక్కుల వాళ్ళను, మేధావులను పిలిపించి మీటింగ్‌లు పెడ్తవు. వాళ్ళంతా నక్సలైట్లుకాదా!"

"వాళ్ళు నక్సలైట్లు ఎట్లయితరు. మాకు బాధ ఉన్నది. మా బాధ వినేది పట్టించుకున్నది వాళ్ళు. అందుకే వాళ్ళను పిలిచినం".

"ఏం బాధరా మీది"

"అయ్యా మా భూములు పోతే మేం ఎట్లా బతకాలి".

"మరి బొగ్గు తవ్వద్దారా! బొగ్గు తవ్వకుంటే కరెంటు ఎట్లా వస్తది. దేశంలో అభివృద్ధి ఎట్లా జరుగుతది".

"ఆ అభివృద్ధి కోసం మముల్ని బలిపశువులు చేసుడేంది".

" బలిపశువులా"

"కాక మరేంది"

"లక్షలు లక్షలు నష్టపరిహారం ఇస్తలేదారా? కంపిని ఏమన్నా పుణ్యానికే భూములు తీసుకుంటాందా?"

"ఎక్కడ ఇచ్చింది. ఇంతవరదాక బొగ్గుబాయి కింద భూములు తీసుకున్న వాళ్ళు బతుకు ఎట్లా ఆగం అయ్యిందో చూసిన తరువాత మాకు న్యాయం జరుగుతుందని అన్పిస్తలేదు".

“అవును రోయ్ నీకు అన్నల పైత్యం బాగానే ఒంటబట్టింది. ఇది అంత తేలిగ్గా వొదిలేట్టు లేదు. చాలా పెద్ద మాటలు చెపుతానవు బిడ్డా. ఈ కథలు నాకు విన్పియద్దు”. అంటూ కోపంతో గుడ్లెర్ర చేసిండు.

“బిడ్డా నేను మంచి మాటకు మంచోన్ని. చెడ్డకు వస్తే నా అంతటి చెడ్డోడు లేడు. నా సంగతి నీకింకా తెల్వదు. నువ్వేమో అనుకుంటానవు. మంచి మాటకు చెపుతున్న. ఈ లొల్లిల నువ్వు తల దూర్చకు. దూర్చేదుంటే అయిపోతవు”

“ఇందులో లొల్లి ఏముంది”

“మళ్ళీ కథలు చెప్పకు. మా మాట వినకుండా నువ్వు చేసేది చేసుకుంటూ పోతానంటే ఇక మేం చేసేది చెయ్యక తప్పదు. నీకు ఒక అవకాశం ఇస్తున్న. మళ్లీ తలదూర్చేదుంటే అప్పుడు నిన్నింక ఎవడు కాపాడలేరు”. అంటు కుడి చెయ్యిని ఆడిస్తూ సర్కిల్ హెచ్చరించి “అరేయ్ ఈసారికి వీన్ని వదిలేయండి మరోసారి వీని సంగతి చూద్దాం” అన్నాడు.

వెంకటేశంను సర్కిల్ పిలిపించి మాట్లాడిన సంగతి తెల్సి ఊరిలో కలకలం రేగింది.

భూదేవి భయంతో వణికి పోయింది. మళ్ళీ ఎటు తిర్గి ఏమేస్తదో అని బెంగపట్టుకున్నది. అయినా ఇందులో పోలీసుల జోక్యం ఎందుకో ఆమెకు అర్థంకాలేదు.

“మన మెడమీద కత్తిపెట్టి మన భూములు గుంజుకుంటామని చూస్తాండ్లు”. అన్నాడు సాయిలు.

“చూడబోతే అట్లనే ఉన్నది. పిల్లగాండ్లు తప్పేమి చేసిండ్లని. మీటింగ్ పెట్టుడు తప్పా? అందులో వాళ్ళేమి చెప్పిండ్లు, ఉన్నమాట చెప్పిండ్లు. మరి మనకు అన్యాయం చేసి మన భూములు గుంజుకోవటం అన్యాయం కాదా” అంది భూదేవి.

సాయిలు దీర్ఘంగా నిట్టూర్చిండు. “ఇదంతా చూడబోతే ఏదో నాశన కాలానికే వచ్చిందనిపిస్తుంది. అటు పోలీసోల్లు జోక్యం చేసుకుంటాండ్లు. ఇటు కంపినోడు మనషులను పంపి భూములు ఇస్తే పైసలు బాగా వస్తయని ప్రచారం చేయిస్తాండు. మొన్న మా పెద్దమ్మ కొడుకు ఎన్నడు లేందీ మా ఇంటికి వచ్చి పెద్దయ్య కంపినికి భూమెందుకు ఇయ్యనంటానవే అంటూ చెప్పుకొచ్చిండు. భూమి ఇస్తెనంట కంపిని పైసలిస్తది. అదిస్తది ఇది ఇస్తదని ఏదోఏదో చెప్పుకొచ్చిండు. నా వొళ్ళు మండి

నీయవ్వ భూమి ఇవ్వమని చెప్పటానికి వచ్చినావురా! భూమి ఇచ్చి పియ్యితిని బతకాల్నారా! అని చెడామడా వాయించేసరికి అసలు విషయంకక్కింది.

"అసలు విషయం ఏందంటా" భూదేవి ఆసక్తిగా అడిగింది.

"ఏమున్నది. మొన్నవానికి ఇక్కడ పనులు లేవని భూపాల్‌పల్లికి ట్రాన్స్‌ఫర్ చేసిండ్లట. మళ్ళీ భూపాల్‌పల్లి నుండి ఇక్కడికి ట్రాన్స్‌ఫర్ కావలంటే ఊళ్ళెకు పోయి కంపినికి అనుకూలంగా ప్రచారం చెయ్యమని ప్రలోభ పెట్టిండ్లట. అందువల్ల వచ్చిండట అంతకుమించి ఏ పాపం ఎరుగడంట".

"భూదేవి నోరెల్ల బెట్టి అవ్వ కంపినోడు ఎన్ని ఎత్తులు ఎత్తుతాండ్లు".

"ఎత్తుతాండంటే ఎత్తడా మరి. అవసరం వానిది, ఎన్ని ఎత్తులైన ఎత్తుతడు ఎన్ని ఆటలైనా ఆడుతడు. అయినా మనోల్లకు బుద్ధి ఉండాలి. ఎవరికున్నది బుద్ధి, దూరం ఆలోచించేటోళ్ళు ఎవరు. ఎప్పుడు పైసలు వస్తవో తిని కూచుందామని చూసేటోళ్ళేనాయే. ఇక సర్పంచ్ సాబ్ ఇదే సందని ఉన్నయి లేనియి అమ్ముకోవాలని చూస్తాండు. అటుఇటు కాకుండా ఉండేవాళ్లు ఉండనే ఉండిరి" అన్నాడు.
భూదేవి ఆందోళన చెందింది.

"ఏమైనా అక్క మొన్న గా సార్లు వచ్చి చాలా మంచి మాట చెప్పిండ్లు. కాని వాళ్ళ మాటలు ఎవరి చెవులకు ఎక్కుతలేవు. భూమి తీసుకొని పావులో పర్కో ఎక్కువే నష్టపరిహారం ఇస్తడే అనుకో అంతటితోని అయిపోద్దా! పైసలు తీసుకొన్నోళ్ళు సరే ఎట్లనో అట్లనో బతుకుతరె అనుకుందాం. కాని ఈ భూమి మీద రేపు మన మనుమలు మనమరాండ్లు బతకాల్నా వద్దా. భూమి లేకుంటే వాళ్ళెట్ల బతుకతరు".

ఇద్దరి హృదయాలు భారమైనవి.

భూమి పట్ల మనిషికి ఉండే తరతరాల అనుబంధం వారిని ఆవేదన చెందేలా చేస్తుంది. కాని దీనికి పరిష్కారం ఏమిటో అర్థంకాక వాళ్ళు కొట్టుమిట్టాడుతున్నరు. ముంచుక వస్తున్న పెను ప్రమాదానికి రెండు గడ్డి పోచల్లా వాళ్ళ హృదయాలు తల్లడిల్లుతున్నవి. కాని ఆ బాధ పట్టించుకునే వాళ్లెవరు.

* * *

10

ప్రజాభిప్రాయ సేకరణ రోజు రానే వచ్చింది. అంతకు రెండు రోజుల ముందునుండే ఏర్పాట్ల హడావిడి మొదలైంది. కంపిని వ్యాన్లు, లారీలల్లో టెంట్ల సామాన్లు కుర్చీలు మైకులు వచ్చినయి. కాంట్రాక్టు కూలీలు స్కూలు ఆవరణ ముందున్న తుమ్మ చెట్లను నరికి చదును చేసిండ్లు

ఆ రోజు అదివారం స్కూలుకు సెలవు కావటంతో ఊరిలోని పిల్లలందరు అక్కడ మైదానంకు చేరి అల్లరి అల్లరిగా ఏర్పాట్లకు చూస్తుండి పోయిండ్లు.

మల్లవ్వ కొడుకు బొత్తోడు ఆడికి ఈడికి తిరుక్కుంటూ వేసిన టెంట్ల కింద తచ్చాడుతు, కుర్చీలల్లో కూచుంటూ ఆడుకుంటున్నడు. పిల్లలు చేసే అల్లరి భరించలేక వాచ్‌మెన్ పిల్లలను అటు ఇటు గెదిమిండు. కాని మరి కాసేపటికి పిల్లలు యాదావిధిగా రావటం ఆయనకు చికాకు తెప్పిస్తుంది. కాని ఏమి అనలేని పరిస్థితి. ఏమన్నా అంటే ఎక్కడ లొల్లిపుట్టి అసలు వ్యవహారమే చెడిపోతుందన్న భయం లేకపోలేదు.

కాని ఆ పిల్లలకు తెలియదు. ఏదో పండుగ వాతావరణాన్ని తలపిస్తున్న ఆ ఏర్పాట్లు తమ ఊరును మింగేస్తుందని, ఈ నేల మీద తమకు భవిష్యత్తు లేకుండా చేస్తుందన్న విషయం తెలియదు.

ఏర్పాట్లలో మునిగిపోయిన సివిల్ ఇంజనీరు చాలా హడావిడి పడిపోతూ కాంట్రాక్టర్ మీద కేకలు వేస్తున్నడు. ఆయనేమో. “లేదు సార్ అన్ని ఏర్పాట్లు అనుకున్న సమయానికే సజావుగా జరిగిపోతుంది”. అంటూ నింపాదిగా సమాధానం ఇచ్చిండు.

"పెద్ద పెద్ద ఆఫీసర్లు వస్తరు. ఏర్పాట్లలో ఏదన్నా చిన్న పొరపాటు జరిగినా పై అధికారులతో మాటలు పడాల్సి వస్తుందని' ఆయన భయం ఆయనది.

ఏర్పాట్లు పర్యవేక్షించటానికి ఉదయం పదిగంటలకల్లా స్థానిక జీయం వచ్చిండు.

పర్సనల్ మేనేజర్, సివిల్ అడిషనల్ మేనేజరు స్టాఫ్ ఆఫీసరు ఆయన వెంట ఉన్నరు. ఓపెన్ కాస్టులకు వ్యతిరేకంగా ఆందోళన మొదలైన తరువాత ప్రజాభిప్రాయ సేకరణ సజావుగా జరుగుతుందో లేదోనన్న బెంగ ఆయన మనసులో లేకపోలేదు. పైకి మాత్రం గంభీరంగా కనిపిస్తూ కిందిస్థాయి అధికారులను ఏర్పాట్ల గురించి అడిగి తెలుసుకొని సంతృప్తి చెందిండు.

జీ.యంగారు వచ్చింది కనిపెట్టి కొద్దిమంది యూనియన్ నాయకులు ఆయన చుట్టు మూగారు.

"ఏంటీ సంగతి" అంటూ గుర్తింపు సంఘం నాయకున్ని అడిగిండు జీ.యం.

"ఏముంది సార్ అంతా ఓకే. మావోళ్ళు బాగానే ప్రచారం చేసిండ్లు. ఎటువంటి ఆటంకాలు లేకుండా సజావుగా జరిగిపోతుంది". అన్నాడు గుర్తింపు సంఘం నాయకుడు.

అయినా, జీ.యం గారికి ఏదో అసంతృప్తి. "డిస్టబెన్స్ లేకుండా ప్రజాభిప్రాయ సేకరణ జరిగితే మంచిదే. లేకుంటే వ్యవహారం మళ్ళీ మొదటికి వస్తుంది". అన్నాడు.

"అటువంటిదేమి జరుగదు". అన్నాడు కాంగ్రెసు నాయకుడు. ఆయనే మళ్ళీ "మా సర్పంచ్ సాబు అంతా చూసుకుంటున్నడు. ఏదో కొద్ది మందికి అసంతృప్తి ఉందికాని ఆ అసంతృప్తి ఏమి కూడా కార్యక్రమానికి ఆటంకం కాదు" అన్నాడు ఉత్సాహంగా.

జీ.యంగారు సర్పంచు రాఘవరావు దొరను కలువాలని అనుకున్నడు. కాని ఆయనేమో ఊర్లో పెద్దమనుషులతో మాట్లాడే పనిలో ఉండి కలువలేదు. తీరా సమావేశం ఆరంభమైతుందనే వేల కన్పించి "అంతా సజావుగా జరిగిపోతుంది సారు అన్ని ఏర్పాట్లు పూర్తయినయి" అన్నాడు భరోసానిస్తూ.

సర్పంచ్ మాట జీ.యంగారికి కొంత ఊరటనిచ్చింది. ప్రజాభిప్రాయ సేకరణ సజావుగా జరుగకుంటె పై అధికారులకు సంజాయిషి ఇచ్చుకోక తప్పదు. ఆ

పరిస్థితి రావద్దనే పదేపదే మనసులోనే కోరుకున్నడు. ఇంతకంటే ఏం చెయ్యగలం అనుకున్నాడతను. ఉదయం పదకొండు గంటల వేళ సమావేశం ఆరంభమైంది. ఆ లోపున రావల్సిన వాళ్ళంతా వచ్చారు. కుర్ర డిప్యూటి కలక్టర్, రెవిన్యూ డివిజనల్ అధికారి, పర్యావరణ అధికారి, స్థానిక ఏమ్మార్వో వచ్చారు. శాంతిభద్రత పరిరక్షణ కోసం స్వయంగా డీయస్పీ వచ్చారు. అందరిని సాదరంగా ఆహ్వానించిన జీ.యంగారు వారిని వేదిక మీదికి పిలిచి పరిచయ వాక్యాలు మాట్లాడిండు.

"దేశంలో బొగ్గు అవసరాలు పెరుగుతున్నయి. దేశాభివృద్ధి బొగ్గు ఉత్పత్తులు పెంచాల్సిన అవసరం ఏర్పడింది. ఈనేపథ్యంలో ప్రభుత్వం నిర్దేశించిన ఉత్పత్తి లక్ష్యాలు సాధించాల్సి ఉంది. దేశాభివృద్ధి కోసం నూతన గనులు తవ్వకం అనివార్యం. దేశాబివృద్ధి కోసం నూతన బొగ్గు తవ్వకాల కొరకు కంపిని చేపట్టిన భూసేకరణ కార్యక్రమాన్ని ఈ గ్రామప్రజలు అర్థం చేసుకొని సహకరించాలని మనవి చేస్తున్న" అంటూ ఆయన ఇంకా కంపిని పరిస్థితి గురించి ఉత్పత్తి లక్ష్యాల గురించి వివరించారు.

తన వివరణకు అనుగుణంగా పవర్ పాయింట్ ప్రజెంటేషన్ కూడా నిర్వహించిండు.

అంతవరదాక జీ.యం గారి మాటలను, పవర్ పాయింట్ ప్రజెంటేషన్ తదేకంగా పరిశీలించిన డిప్యూటి కలక్టర్ గారు అధ్యక్ష స్థానం నుండి మాట్లాడ వలసి వచ్చింది.

ఆయన తన పొడుగు చేతుల అంగిని సవరించుకొన్నడు. జిన్ పాయింట్‌లో నీటుగా టక్ చేసి ఉన్నడు. ఇప్పుడే కడిగి ఆరేసిన ముత్యంలా మెరిసిపోతున్నడు. ఆయన మాట్లాడుతున్నప్పుడు ప్రత్యేకంగా ఏర్పాటు చేసిన పంక గాలికి ఆయన జుట్టు రెపరెపలాడుతున్నది.

"మిత్రులారా" అంటూ జనాన్ని ఒకపరి పరీక్షగా చూసిండు.

"ఇంతవరదాక జీ.యంగారు చాలా చక్కగా కంపిని పరిస్థితి, దేశ పరిస్థితి బొగ్గు అవసరాల గురించి వివరించారు. దేశం కోసం మనం ఈ మాత్రం త్యాగం చేయకతప్పదు. అయితే కొంతమంది వేరే విధంగా ఆలోచిస్తున్నారనే సమాచారం ఉంది. కాని మీ ఇష్టాఇష్టాలతో పనిలేకుండా ప్రభుత్వం భూసేకరణ చేయటం అనివార్యం. కాబట్టి అనివార్యమైన కార్యక్రమాన్ని అడ్డంకులు సృష్టించాలనే ప్రయత్నాలను ప్రభుత్వం సహించదు. కాకుంటే మీకేమైనా సమస్యలుంటే వివరించండి. వాటిని

పరిష్కరించటానికి చట్టపరిధిలో మా శాయశక్తులన్ని ఉపయోగించి మీకు మంచి జరిగేలా ప్రయత్నిస్తాం” అంటూ చెప్పుకొచ్చిండు.

జనంలో కలకలం రేగింది. “ఈయనేందీ ఇట్లా మాట్లాడుతున్నడు. మన ఇష్టం లేకున్న భూమి తీసుకుంటారట ఇదేం న్యాయం” అన్నారు కొందరు.

మందిలో కూచున్న భూదేవికి ఎటుపాలు పోవటంలేదు. “భూమి తీసుకుంటారట ఏ లెక్కన తీసుకుంటరు. తీసుకుంటే మా బతుకు ఏంకావాలి” అంది పెద్దగా గొంతు చేసుకొని.

“ఇది వరకు భూమి తీసుకున్నకాడ ఏం న్యాయం చేసిండ్లు. ఇప్పుడు మాకు న్యాయం చేయటానికి” అన్నరు మరొకరు. “మాకింత విషం ఇవ్వండి అందరికి అందరం చస్తాం. అప్పుడు మీకు ఏ ఆటంకాలుండవు” సాయిలు కోపంగా అరిచిండు.

పరిస్థితి చెయ్యిదాటిపోయేట్టుందని భావించిన డీయస్పీ మైకు ముందుకు వచ్చిండు. సైలెన్స్ సైలెన్స్ అంటూ పెద్ద గొంతుకతో అరిచిండు. “మీరు ఏదన్నా చెప్పాలంటే ఒక్కొక్కరు వచ్చి ఈ మైకు ముందుకు వచ్చి మాట్లాడండి. అట్లా గోల గోలగా అరిస్తే ఎట్లా మీకు ఏదన్న సమస్య ఉంటే పరిష్కరించటానికి పెద్దలు వచ్చిండు” అన్నాడు రెండు చేతులు గాల్లో అడిస్తూ అందర్ని కూచోమన్నట్టుగా సైగలు చేసిండు.

లొల్లికాస్త సద్దుమణిపించింది.

మాట్లాడటానికి సర్పంచ్ రాఘవరావు లేచిండు.

“ఆయనేమి మాట్లాడుతడు ఉన్నయి లేనియి అమ్ముకోవాలని చూస్తాండు”.

“భూమితోని ఆయన కేమి పని. ఎప్పుడైనా భూమి మొఖం చూసిండా! ఆయన కాంట్రాక్టరు, ఆయన రాజకీయాలు“ ఎవరికి తోచించి వాళ్ళు అంటున్నరు.

అయితే సర్పంచ్ సాబ్ ఆ మాటలేమి పట్టించుకోకుండా నేరుగా మైకు ముందుకు పోయి మాట్లాడసాగిండు.

“సోదరులారా మీ బాధను నేను అర్థంచేసుకోగలను. సర్పంచ్‌సాబ్ కేం, భూమి ఉన్నాలేకున్నా బతుకు వెల్లుతుందని భూమితోని ఆయనకేం పని అని మీరు అనుకుంటాండ్లు. కాని ఆ భూమి నేను సంపాదించింది. కాదు. అది మా తాతల తండ్రుల ఆస్తి. ఆ భూమిని అమ్ముకొంటే కాని బతకలేని పరిస్థితిలో నేను లేను

అనే విషయం మీకు తెలుసు. తరతరాలుగా వారసత్వంగా వస్తున్న భూమిని నా పిల్లలకు ఇవ్వాలని నాకు కూడా మీలాగే ఉంది. కాని ఏం చెయ్యగలం. ఇది గవర్నమెంటు హకుం దాన్ని కాదనగలమా అని నిలబడగలమా! మన ఇష్టం ఉన్నా లేకున్నా బొగ్గు తవ్వకాలు సాగుతయి అని ఇంతకు ముందు మన పెద్దలు చెప్పిండ్లు. ఎట్లాగు భూమి ఇవ్వటం తప్పదని తెలిసిన తరువాత మనం చెయ్యగలిగిన పనల్లా వీలైనంత ఎక్కువ నష్టపరిహారం సాధించుకోవటమే మెరుగైన పని. కాదు కూడదంటే అదికూడా నష్టపోతం. ఆ విషయం ఆలోచించాలి. తొందరపడ్తే లాభం లేదు. వచ్చిన అవకాశాన్ని చెయ్యిజార్చుకున్న వాళ్ళం అవుతాం". అంటూ చెప్పుకొచ్చిండు.

ఆలోచనేదో సబబుగానే ఉందనిపించింది కొందరికి. మరి కొందరేమో ఎటు పాలుపోక సతమతమైండ్లు. ఇంకొందరేమో 'మన ఇష్టం లేకున్న బలవంతంగా కంపినోడు భూమి తీసుకోవటం ఇదేం న్యాయం' అని వాపోయిండ్లు.

"భూమి ఉన్నోళ్ళ సంగతి సరే, మరి మన సంగతేందంటా. తాటిచెట్లు ఉంటయా పోతయా" రాజగౌడ్ ఎల్లగౌడ్‌తో గుసగుసలాడిండు.

"చెవులు పోతంటే చెవిపోగులకు ఏడ్చినట్టుంది" అన్నాడు వారి పక్కనే ఉన్నతను.

దాంతో రాజగౌడ్ మనసు చిన్న బుచ్చుకొని "ఇదిగో ఎవలబాధ వాళ్లది. అందరు భూమి ఉన్నోళ్లు సంగతే మాట్లాడుతాండ్లు మరి మా సంగతేందన్న బాధ మాకుండదా!

మోతుబరి రైతు మాధవరావును మాట్లాడమని అన్నప్పుడు. అంతమందిలో మాట్లాడాలంటే ఆయనకు నోట మాట రాలేదు.

అందరి బలవంతం మీద మైకు ముందుకు వచ్చి "నిజమే భూమి పోతే కష్టమే కాని భూమి తీస్కోవటం తప్పనిసరి అయితే పైసలు ఎక్కువ ఇవ్వాలి. మూడు ముడికాల డబ్బులు ఇస్తామంటే కుదరదు"అంటూ ముగించిండు.

"రామలింగు తాత, నువ్వుమాట్లాడు" అంటూ ఎనకనుంచి ఎవరో పొడిచిండు.

"నేనేమి మాట్లాడుతా నా మాట ఎవరు వింటరు".

"అదేందే అట్లా అంటవు. ఎనకటి నుండి భూమి కోసం కొట్లాడినోడివి. నీకంటే మొనగాడు ఎవడున్నరు". అన్నడు మరొకరు. రామలింగు తాత యువకుడిగా

ఉన్నప్పుడు ఎనకట కమ్యూనిష్టు వాళ్ళతోని కల్సి నిజాంకు వ్యతిరేకంగా పోరాటం చేసిండు. ఆయనతో కల్సి పనిచేసి నోల్లందరు పెద్ద పెద్ద నాయకులైండ్లు. కాని రామలింగు మాత్రం ఎట్లున్నోడు గట్లనే ఉన్నడు. చివరికి స్వతంత్ర సమరయోధుల పింఛన్ కూడా రాలేదు.దానికోసం తిర్గితిర్గి నెరవడి తిర్గె ఓపిక లేక ఆశ చాలించుకొన్నడు.

అందరి బలవంతం మీద రామలింగు తాత మాట్లాడటానికి లేచిండు. ఆయన లేచేసరికి అందరు ఆయనేమి చెపుతడో అని ఎదురుచూడ సాగిండ్లు.

"అయ్యా ఈ ఊరికి ఇంత కష్టకాలం వస్తదని అనుకోలేదు. ఒక దిక్కు గవర్నమెంటోడు బొగ్గు బాయిల కోసం భూమి తీసుకుంటూమంటాండు. భూమి తీసుకుంటే మా బతుకెట్లా అని ఊరివాళ్ళు రందీ పడ్తాండ్లు. కాని ఒక్కటి మాత్రం నిజం. భూమికి, ఆ భూమిని దున్ని పంట పండించే రైతుకు తల్లి బిడ్డల సంబందముంటది. తల్లిని వదిలి బిడ్డను ఉండమంటే ఎంత ఆగమైతదో మా పరిస్థితి అట్లా ఉంది. ఏందో కంపిని డబ్బులు ఇస్తామంటోంది. కాని ఎన్నిపైసలు ఇచ్చిన పోయిన తల్లి మళ్ళీ రాదు. అసలు ఈ భూమ్మీద జరిగే లొల్లిలన్నీ ఆ భూమి కోసమే. మేం ఎనకట నిజాంకు వ్యతిరేకంగా కొట్లాడింది ఈ భూమి కోసమే. అయితే అనేక కుట్రలు మధ్య కుతంత్రాల మధ్య మేం ఓడిపోయినం. దున్నేవాడికి భూమి కావాలన్న మా కోరిక నెరవేరకపోవచ్చు. భూమి మాకు దక్కకపోవచ్చు. దొరల చేతిలోనే భూమి ఉండవచ్చు. కాని భూమి భూమి లెక్క ఉన్నది. మా భూతల్లి దొరల చెరల ఉన్నది. ఏదో ఒక రోజు భూమి చెర తొలిగిపోయి తన బిడ్డలను చేరుకుంటదని ఆశ ఉన్నది. ఆ ఆశతోనే బతికినం. భూమి ఉన్నది కాబట్టి ఆ భూమి మీద కూలోనాలో చేసుకొని బతికినం. కాని ఇప్పుడు ఆ భూమి లేకుండా పోయే పరిస్థితి వచ్చింది. ఇంతవరదాక మనతల్లి ఇన్నేండ్ల కాన్నుంచి మన తాత ముత్తాతల కాన్నుంచి మనల్ని సాధిసవరచ్చిన చేసిన మన తల్లి మనకు కాకుండా పోతుంది. రేపటి మన పిల్లలకు కాకుండా పోతుంది. మొత్తానికే ఈలోకం నుంచి మాయమైపోతుంది. పెద్ద పెద్ద సార్లు వచ్చిండ్లు. ఇదంతా మంచికే అంటాడ్లు. కాని ఇది మంచిదైతే కాదు. నాశనం. మీ మంచి కోసం, మీ పైసల కోసం భూతల్లిని మాయం చేసుడు మంచిది కాదు. అన్యాయం." రామలింగు గాజు కళ్ళలో తడి.

చావుకు దగ్గర పడ్డ రామలింగు తాత మాటలేవి అధికారులకు మింగుడు పడటం లేదు.

ఇంకా మాట్లాడితే ఏం కొంపలు ముంచక పోతయేనని బెంగపడ్డ పోలీసు అధికారి సూచనలు మేరకు సర్కిల్ వచ్చి రామలింగు తాతను మైకు ముందు నుండి పక్కకు తీసుకపోయిండు. "లేదు లేదు రామలింగు తాతను మాట్లాడనివ్వాలి". అంటూ ఓ యువకుడు బిగ్గరగా అరిచిండు. కాని పోలీసులు వచ్చి ఆ యువకున్ని వారించిండ్లు. లాఠీలు చూడగానే యువకుడు కుతకుతలాడిండు కాని తన ఆవేశాన్ని అణుచుకున్నడు.

ఊరోళ్ళు ఇంకా చాలామంది మాట్లాడిండు.

"భూములు తీసుకుంటే ఉద్యోగాలు ఇవ్వాలున్నారు. కొందరు.

భూదేవక్కా నువ్వు పోయి మాట్లాడే అన్నారెవరో.

తప్పదు. ఇప్పుడు మాట్లాడకుంటె ఎప్పుడు మాట్లాడినా దండుగే అనుకొని భూదేవి లేచింది.

సగం నెరిసినెరియని రేగిన జుట్టు కష్టం చేసిచేసి మొద్దు బారిపోయిన శరీరం. కట్టుకున్న చీర ఏ రంగో తెలియకుండా పోయిన ముతకి చీరతో వస్తున్న భూదేవిని వేదిక మీదున్న అధికారులు అసక్తిగా చూసిండు. ఆమె మైకు ముందుకు వచ్చి మాట్లాడటానికి నిలిచినప్పుడు ఆమె ఎత్తుకు మైకు సరిపోలేదు. ఆమె ఏమి మాట్లాడుతుందో ఎవరికి అర్థం కాలేదు. మైక్ బాయ్ వచ్చి మైకును సరిచేసిండు. ఇప్పుడు ఆమె మాటలు అందరికి వినబడసాగినవి.

"బొగ్గు బాయికింద భూమి తీసుకుంటే మేం ఎట్లా బతుకతాం. నష్టపరిహారం కింద మీరు ఎన్ని పైసలు ఇస్తరు. పైసలు ఎన్నిరోజులుంటయి. కూసోని తింటే గుమ్ములైన కరిగిపోతయి. అటు తరువాత మా బతుకులు ఏం కావాలి". అంది.

ముసల్ది ఘటికురాలే అనుకున్నడు పైన కూచున్న అధికారి ఒకడు.

భూదేవి ఇంకేమి చెప్తదో అని ఎదురుచూస్తాండ్లు జనం.

"మాకు మీ పైసలు వద్దు. భూమి లేకుంటే మాకు బతుకు లేదు. మీరు కంపెనిలో కొలువులు ఇచ్చేది లేదు. ఇప్పటికి ఇస్తాం ఇస్తాం అన్నోళ్ళకు ఎవలికి ఇవ్వలేదు. వాళ్ళు భూములు పోయి, ఉద్యోగాలు రాక బతుకు తెరువు లేక ఎంత అరిగోస పడ్తాండ్లో మేం చూసినం. మాకు అటువంటి బతుకు వద్దనుకుంటానం. మీరు మా భూమిని తీసుకోవటం తప్పనిసరి అయితే మాకు భూమి బదులు

భూమి చూయించాలి. ఉత్త భూములేకాదు. భూములతో పాటు ఊళ్ళోని ఇండ్లను తీసుకోవాలి. భూములు పోయిన తరువాత మేం ఊళ్ళో ఉండి ఎట్లా బతుకుతం. ఇదివరకు గిట్లనే చేసిండ్లు. ఊరి భూములు తీసుకొని ఇండ్లు వదిలేసిండ్లు. అటువంటి కాడ చుట్టు మట్టి కుప్పలేసి ఊరోల్లు ఎట్లా బతుకుతాండ్లో అటు తరువాత ఎవరు పట్టించుకోలేదు. ఆ బాధలు మేం పడదల్చుకోలేదు. మీరు తీసుకున్న భూమి బదులు భూమి ఇస్తే మా బతుకేదో మేం బతుకుతాం. అట్లా కాదంటే మా పాణాలు పోయినా భూములు ఇచ్చేదిలేదు. ఎంతమంది పోలీసులను తెస్తరో తేండ్లి. అందరికంటే ముందు నేను ఉంటా. నా ప్రాణం పోయినంకనే మిగితా వాళ్ళ ప్రాణాలు పోవాలి". ఆమెలో దు:ఖం ఆవేశం కలగలిసి పోగయింది.

ఒక్కసారిగా కలకలం రేగింది. సర్పంచ్ ఇబ్బందిగా కదిలిండు. మొత్తం వ్యవహారం అంతా మట్లె గలిసేట్టున్నదని జీ.యంగారు కలత చెందిండు. డిప్యూటి కలక్టర్‌గారికి వ్యవహారం గాడి తప్పుతుందనిపించింది.

ఆయన కూచున్న కాడున్న మైక్ మీద చేతి వేలితో టకటకలాడించి మాట్లాడసాగిండు.

"గ్రామస్తులు చాలామంది మాట్లాడారు. వాళ్ళ ఆవేదనలను అర్థం చేసుకున్నాను. మీరు లేవనెత్తిన సమస్యలు పరిష్కరించటానికి నా శాయశక్తుల ప్రయత్నిస్తాను. మీ సమస్యలను ప్రభుత్వానికి నివేదిస్తాను. వీలైనంత వరకు పరిష్కరించటానికి ప్రయత్నిస్తాను". అన్నాడు.

"లేదు. ఇప్పుడే ఏదో ఒకటి తేల్చాలి. లేకుంటే అన్యాయం జరిగిపోద్ది" ఎవరో అరిచిండు.

"ఇట్లా అల్లరిపెడ్తె ఆగేది కాదు. మీలో ఎవరన్నా భూమి ఇవ్వటానికి సిద్దంగా లేకుంటే రాత పూర్వకంగా మా ఆర్డీవో గారికి తెలియజేయండి. ఆ విషయం పైకి పంపిస్తాం. పైన ఎటువంటి నిర్ణయాలైనా జరుగవచ్చు. అంతకు మించి మేం చెయ్యగలిగిందేమి ఉండదు". అన్నాడు సహనం కోల్పోయిన డిప్యూటి కలక్టర్.

"ఇంత మాత్రానికి మీటింగ్‌లు ఎందుకు, మా పనులు కరాబు చేసుడెందుకు" అసహనంగా ఊగుతు రైతు ఒకడు లేచిపోయిండు. డీయస్పీ కల్పించుకొని "ఇదిగో ఇక్కడ ఎవరన్నా లొల్లి పెట్టాలనుకుంటే సహించేదిలేదు. మీకెవరికన్నా వ్యతిరేకత

ఉంటే సారు రాసి ఇవ్వమంటాండు. కాబట్టి వ్యతిరేకత ఉన్నవాళ్ళు రాసి ఇవ్వుండ్లి, అంతకు మించి ఒక్క మాటయినా ఎక్కువ మాట్లాడద్దు".

వాతవరణం ఉద్రిక్తంగా మారటంతో అంతవరదాక దూర దూరంగా నిలుచున్న పోలీసులు జనం చుట్టుముగిండ్లు.

"మెడమీద కత్తిపెట్టి భూములు గుంజుకుంటాం అంటె ఎట్లా" ఎవరో మందిల లొపలికెళ్ళి గుణిగిండు.

"అటువంటప్పుడు ఈ సమావేశాన్ని మేం బహిష్కరిస్తున్నాం". అంటూ సాయిలు లేచి కోపంగా అరిచి అక్కడి నుండి బయటికి లేచి నడిచిండు.

సమావేశం రసాభాసగా మారేట్టున్నదని అధికారులు తొందర తొందరగా సమావేశం ముగిసినట్లుగా ప్రకటించిండు.

సమావేశం రసాభాసగా మారినప్పటికి అధికారులు మాత్రం అంతా సజావుగా జరిగిందనే రిపోర్టును పై అధికారులకు పంపించారు. అటు తరువాత ఆర్డీవో ఎవరి ఎవరి భూములు పోతున్నాయో ఆయా రైతులను ప్రత్యేకంగా పిలిపించి మాట్లాడి వాళ్ళ కన్సెంట్ తీసుకుంటు సంతకాలు చేయించి అంత సజావుగా జరిగిపోయినట్టు నివేదిక తయారు చేసి పంపిండు.

* * *

11

కొద్దిమంది గ్రామస్తులు వ్యతిరేకత ప్రకటించినా మొత్తానికైతే ప్రజాభిప్రాయ సేకరణ సజావుగా జరిగిపోయింది. 'అసంతృప్తి చెందిన వారు స్థానిక ఎమ్మార్వోల ద్వారా సమస్య పరిష్కరించుకోవాలని' ప్రభుత్వం ఉత్తర్వులు ఇచ్చింది.

గ్రామంలో రెండు చీలికలైనయి. వచ్చిన అవకాశాన్ని సద్వినియోగం చేసుకొని ఏదో ఒక విధంగా ఎక్కువ డబ్బులు రాబట్టుకోవాలని చూసేవాళ్ళు కొందరైతే, భూమి ఇచ్చి ఎట్లా బతుకుదాం అన్నవాళ్ళు మరికొందరైండ్లు. భూమి ఇవ్వమని మొత్తానికి మొండికేసినవాళ్ళు వేళ్ళ మీద లెక్కబెట్టేంత మంది మాత్రం మిగిలిండ్లు. మెజార్టి గ్రామస్తులు భూములు ఇవ్వటానికి సిద్ధ పడటంతో భూమి ఇవ్వమని మొండికేసిన వాళ్ళు చేసేదేమిలేని పరిస్థితి ఏర్పడింది.

పర్యావరణ ప్రజాభిప్రాయాలు కంపినికి అనుకూలంగా వచ్చినట్టుగా ప్రభుత్వం నియమించిన భూసేకరణ అధికారులు తేల్చి చెప్పారు. కంపిని ఓపెన్ కాస్టు గని తవ్వకాలను ఆరంభించింది.

ఓపెన్ కాస్టుగని పనుల్లో ఎక్కువ శాతం పనులు కంపిని అవుట్‌సోర్సింగ్ చేయటం వల్ల పనులు నిర్వహించే బడా కాంట్రాక్టర్లకి చెందిన డోజర్లు, డంపర్లు, లోడర్స్ వచ్చిచేరాయి. వాటిమీద పనిచేసే కాంట్రాక్టు కార్మికులకోసం పెద్దంపేట ఊరికి పడమర దిక్కున గుడిసెలు వేసిండ్లు. గుడిసెలకు కాస్త దూరంలో భారీ వాహనాలు నిలిపేందుకు వీలుగా మైదానాన్ని ఏర్పాటు చేసారు. అక్కడ ప్రతిరోజు భారీ వాహనాలను శుభ్రం చేసి, ఆయిల్ నింపే ఏర్పాట్లు కూడా చేయబడ్డాయి.

పనులు ఆరంభమైనవి. గ్రామంలోని నిరుద్యోగ యువకులు కాంట్రాక్టరు దగ్గర కూలి కోసం ఎగబడ్డారు. ఎంతలేదన్నా రోజుకు వందరూపాయల కూలి దొరుకుతుంది. ఆ మాత్రం కూలి కూడా బయట దొరకని పరిస్థితిలో కాంట్రాక్టు కార్మికులుగా కొలువు కుదరటానికి ప్రయత్నాలు ప్రారంభించిండ్లు. అందుకోసం పైరవీలు కూడా మొదలెట్టారు. నెల్లూరుకు చెందిన కాంట్రాక్టర్లు తమ భారీ యంత్రాలతో పాటు వాటిమీద పనిచేసే కూలీలను కూడా వెంటతెచ్చుకున్నారు. చిల్లర మల్లర పనులకు స్థానిక కూలీలు అవసరమైనా కూడా, నిరుద్యోగుల తాకిడి ఎక్కువకావటంతో మేనేజర్ సుబ్బారావు మా దగ్గర పనులు లేవంటూ బెట్టు చేయసాగిండు. ఓపెన్ కాస్టులో ఓవర్ బర్డెన్ మట్టి తొలగింపుకు కాంట్రాక్టు చేపట్టింది. రాయలసీమ రెడ్డి, కాని ఆయన ఎప్పుడు ఆ ఏరియాకు రాలేదు. అన్ని పనులు ఆయన తరుపున మేనేజర్ సుబ్బారావే చూస్తుంటాడు. ఆయనకేమో ఇక్కడ వాళ్ళు సరిగా పనిచేయరనే ఒక ధృడమైన అభిప్రాయం ఉంది. దాంతో అతను స్థానికులను పనిలో పెట్టుకోవటానికి ఇష్ట పడటంలేదు.

"ఎందుకండి మాకు ఈ తల నొప్పి. మొదట ఏదో పని కావాలని వస్తారు. అదెప్పాయే పో అని పనిలో పెట్టుకుంటే అటు తరువాత సంఘాలంటరు. కూలి పెరగాలంటరు. సమ్మెలంటరు. ఈ తలనొప్పి మాకెందుకు" అన్నాడు ఒకరోజు సర్పంచు రాఘవరావు కొద్ది మందిని పనిలో పెట్టుకోవాలని అడిగినప్పుడు.

సుబ్బారావు ససేమిరా అనేసరికి రాఘవరావుదొర ఇక ఇట్లయితే లాభం లేదనుకొని స్థానిక జీ.యంను కలిసి "మీరే ఏదో ఒకటి చెయ్యాలి. పోరగాండ్లు కాలిగా ఉంటే మళ్ళీ ఏదో లొల్లిలు మొదలు పెడ్తరు. ఆ లొల్లిలు ఎటుపోయి ఎటు తిరుగుద్దో తెలియదు. కొద్దిమందికైనా ఏదో విధంగా పనిలో పెడ్తె ఏ లొల్లిలు లేకుండా అంతా సాపిగా జరిగిపోద్ది" అంటూ చెప్పుకొచ్చిండు.

జీ.యం గారికి సర్పంచ్ చెప్పింది సబబే అన్పించింది. ప్రజాభిప్రాయ సేకరణ సందర్భంగా భూములు కోల్పోయిన వారికి కంపినిలో ఉద్యోగాలు ఇస్తామని మాటైతే ఇచ్చిండ్లు కాని అది ఎప్పుడు అమలుకు వస్తుందో తెలియకుండా ఉంది. ఎందుకంటే కంపినిలో ఔట్ సోర్సింగ్ పెరిగిపోయిన తరువాత ఉన్న కార్మికులకే పనులు లేకుండా పోతున్నది. ఇక అదనపు ఉద్యోగాలెక్కడివి. భూమి నిర్వాసితులకు ఉద్యోగాలు ఇస్తామన్నది కాని అదే సమయంలో వేకన్సీలను బట్టి ఇస్తామంటూ చిన్న క్లాజ్ జోడించింది. ఇక వేకెన్సీలు వచ్చేది ఎన్నడు, వాళ్ళకు ఉద్యోగాలు

ఇచ్చేది ఎన్నడు, ఇప్పటికి పదేండ్లకానుంచి ఉద్యోగాల కోసం ఎదురుచూస్తున్న వాళ్ళున్నరు. కంపినేమో ప్రాణం పోవద్దు రావద్దు అన్నట్టుగా వ్యవహరిస్తుంది.

నిర్వాసితుల్లో అసంతృప్తి చెలరేగినప్పుడల్లా నల్గురికో ఐదుగురికో ఉద్యోగాలు ఇచ్చి నిప్పులు మీద నీళ్ళు చల్లినట్టు చేస్తాంది. ఏండ్లు గడిచేకొద్ది భూనిర్వాసితులకు వచ్చే ఉద్యోగాల మీద ఆశలు సన్నగల్లి పోసాగినవి. చూసి చూసి కండ్లు కాయలు కాసి బతుకుతెరువు వెతుక్కుంటూ పోయినవాళ్లు కొందరైతే అందిన కూలినాలి చేసుకొంటూ కాలం గడుపుకొచ్చె వాళ్ళు మరికొందరు.

"రాఘవరావు గారు మీరు చెప్పినంత మందిని కాకున్న అందులో సగం మందినైనా కాంట్రాక్టరు దగ్గర పెట్టించే ప్రయత్నం చేస్తాను". అంటూ జీ.యం మాట ఇచ్చిండు.

అట్లా రాఘవరావు దొర కొద్దిమంది యువకులకు కాంట్రాక్టరు దగ్గర పనులు ఇప్పించిండు. అందులో చాలమంది ఆయన అనుచర వర్గమే. ఎన్నికలప్పుడు మీటింగులప్పుడు రమ్మని పిలువగానే వచ్చే బాపతు ఎక్కువ.

ఈ విషయం తెలిసి భూదేవి ఒకసారి రాఘవ దొరను కల్సి ఎట్లనైనా చేసి 'పిల్లగాండ్లను కాంట్రాక్టరు దగ్గర పెట్టించమని ప్రాధేయపడ్డది".

రాఘవరావు దొరకు భూదేవి సంగతి తెలియందికాదు. నిక్కచ్చి మనిషి, అవసరమైతే ఎంతకైనా తెగించే తత్వంగల్ల మనిషి. దానికి తోడు ఆమె చిన్న కొడుకు మల్లేశం ఎప్పుడు సంఘాలు అంటూ తిరుగడం వల్ల కొంత భయం కూడాలేకపోలేదు. అటువంటి వాన్ని శత్రువుగా చేసుకోవటం కంటే మనోడు అన్పించుకోవటమే మంచిది అని భావించిండు.

"సరే నువ్వొచ్చి అడిగితే కాదనగలనా కాని, పరిస్థితేమి అనుకూలంగా లేదు. మేనేజరేమో ఇప్పటికే మంది ఎక్కువైండ్లు. ఇంతమందిని పెట్టుకొని నేనేమి చెయ్యాలంటాండు. అయినా పర్వాలేదు ఏదో విధంగా తంటాలు పడ్తాలే" అంటూ మాట ఇచ్చిండు.

కూడు మంటే పండుగ అనుకునే భూదేవికి ఆ క్షణంలో రాఘవరావు దొర దయగల మాహరాజు అన్పించింది. రాఘవరావు దొరతో మాట్లాడిన విషయం కొడుకుల ముందు ప్రస్తావన తెచ్చింది. రాజేశంకు సంతోషం కల్గింది. ఇదివరకంటే ఇంత పొలం ఉండేది. ఇప్పుడది లేకుంటా పోయింది. అందరితోపాటు కంపినికి

భూమి ఇచ్చినా ఏవోనాల్గు పైసలు దొరికేవి. అప్పుడైతె ఎట్లయినా బతుకెవాళ్ళం అనుకున్నడు. భూమి ఇవ్వమని పేచి పడటంతో కేసు పెండింగ్‌లో పడింది. అది ఇప్పుడప్పుడే ఎటు తేలేతట్టు కన్పిస్తలేదు. ఈ లోపు కంపిని ఊరు భూములన్ని కబ్జాచేసి హద్దులు పాతుకున్నది. ఇప్పుడేమో చేద్దామంటే కూలి దొరుకతలేదు. ఒకరోజు కూలిదొరికితే రెండు రోజులు దొరకటంలేదు. ఇటువంటి పరిస్థితిలో పర్మినెంటుగా ఇంతకూలి దొరికిన దానికంటే మహాభాగ్యం ఏముంటదని భావించిండు.

"ఇంతకు ఏమంటాండే దొర" అన్నాడు తల్లితో.

"అనేదేముందిరా ఎట్లనో ఒక విధంగా పనిలో పెట్టిస్తనన్నడు" అంది నమ్మకంగా భూదేవి.

చిన్నోడు మల్లేశం మాత్రం "సచ్చినా నేను ఆ పని చేయనన్నాడు" మొండిగా.

"మరి ఏం చేసుకొని బతుకుతవురా అంటూ భూదేవి కొడుకు మీద కోపం చేసింది.

"నా భూమిలో నేను కూలిగా బతకటమా? అది నాతోటి కాదు" అన్నాడు.

"ఏడుందిరా నీ భూమి. మన ఇష్టం ఉన్నా లేకున్న, భూమిని కంపినోడు ఆక్రమించిన తరువాత ఎట్లా బతుదామని" అంది. కొడుకు మొండి పట్టుదల చూసి భయం వేసింది.

"ఆక్రమించటానికి వాడెవడు, ఇయ్యాల వాని జులుం నెగ్గచ్చు. కాని ఎప్పటికైనా మళ్ళీ నా భూమి నేను సంపాదించుకుంటా. అంతవరదాక ఎవని దగ్గర పనిచెయ్య"

"అంతవరదాక బతకాల్నా వద్దా"

"బతకటమే కదా, బతుకుతా. వాని దగ్గర వీని దగ్గర కూలినాలి చేసి బతికేం బతుకు. అంతకంటే ఆకలికి చావనైనా చస్తా కాని ఆ బానిస బతుకు మాత్రం బతక" అంటూ అక్కడినుండి లేచిపోయిండు.

కొడుకు ప్రవర్తన చూసి భూదేవి బాదపడ్డది. వీడు ఏటికి ఎదురీదాలని చూస్తాండు. కాని వీనితో అయ్యే పనేనా! నీ ఒక్కనితోని ఏమైతది. వీనికి ఏమన్న ఆయితే ఎట్లా' అని భయంతో బాధపడింది.

"ఒక కుట్ర జరిగిపోతుంది. అన్నాడు వెంకటేశం బాధగా, ఏదైతే కాకుడదని వాళ్ళు తాపత్రయ పడ్డారో అదే జరిగిపోతుంది.

“ఏమిటా కుట్ర” అంటూ అడిగిండు రాజిరెడ్డి.

“అభివృద్ధి పేరుమీద ఒక విధ్వంసం జరిగి పోతుంది. ఇక ఎన్నటికి కోలుకోలేని విధ్వంసం” అన్నాడు వెంకటేశం. అతని మొఖంలో విచారం కమ్ముకొన్నది.

“మనం ఏం చెయ్యలేమా!” మల్లేశం గొంతులో నిరాశ ధ్వనించింది.

“ఇంత చెప్పినా జనం ఎందుకు అర్థం చేసుకోలేక పోయిండ్లు. ఎక్కడ పొరపాటు జరిగింది”. రాజిరెడ్డి మదన పడ్డాడు.

“విద్రోహం, అమాయకత్వం” అన్నడు వెంకటేశం.

“విద్రోహమా” అన్నడు రాజిరెడ్డి.

“అవును విద్రోహమే, ఈ నేలమీద పుట్టిన మట్టి మనషులకు తీరని అన్యాయం జరుగుతుంటే ప్రజలకోసమే ఉన్నామని చెప్పుకుంటూ ఊరేగే పార్టీలు పట్టించుకోకపోవటం విద్రోహం కాదా!”

“వాళ్ళెందుకు పట్టించుకుంటరు. పార్టీలకు ప్రజలు మనషుల్లా కన్పించటం లేదు. కేవలం ఓటు బ్యాంకుగా మాత్రమే కన్పిస్తుంది. ఎన్నికలప్పుడు రావటం నోట్లు ఎగజల్లటం, ఓట్లు పొంది అటు తరువాత ఒకటికి పదింతలు సంపాదించుకోవటం” మల్లేశం కోపంతో కుతకుతలాడిండు.

“అయినా జనానికి బుద్ది ఉండవద్దా, మనం ఎంత చెప్పినా, మేధావులకు తీసుకవచ్చు మీటింగ్‌లు పెట్టెనా స్పందన లేకపాయే. ఇంత కంటే ఏం చెయ్యగలం” రాజిరెడ్డి.

“తరతరాల అమాయకత్వం, దానికితోడు వంచన దృష్ప్రచారం అదిరింపులు బెదిరింపులు. ఒక్కటారెండా, వాడు చెయ్యని కుట్రలు ఎన్నిలేవు” వెంకటేశం.

“అయినా జనానికి అర్థం కావటం లేదు. అంతో ఇంతో తెలుసు అనుకునే వాళ్ళు కూడా అర్థం చేసుకోలేని కుట్రలు జరిగిపోతున్నాయి”.

మల్లేశం, రాజిరెడ్డి ఆశ్చర్యంగా నోరెల్లబెట్టి ఒకేసారి ఏంటన్నట్టు చూసిండ్లు. వెంకటేశం భారంగా నిట్టూర్చి దూరంగా చూసిచెప్పసాగిండు.

“ఈ విధ్వంసకాండ ఇంతటితో ఆగేదికాదు. మరిన్ని ఓపెన్‌కాస్టు గనులు వస్తాయి. మరిన్ని ఊళ్ళను నాశనం చేస్తాయి. మన భూమిలో ఉన్న బొగ్గు సంపదను

దోచుకొని వాళ్ళు లాభపడితే మన మొఖంలో మన్ను కొట్టి పోతారు". వారికేసి దృష్టి మళ్ళించి ఇలా అన్నాడు.

"మీకు తెలుసోలేదో, ఒకప్పుడు సింగరేణి అంటే ఈ ప్రాంతానికి గుండెకాయలాంటిది. బొగ్గుగనుల కింద భూములు పోయినా వాళ్ళను సింగరేణిలో ఉద్యోగాలు దొరికేవి. అప్పుడు అండర్‌గ్రౌండ్ విధానం ద్వారా బొగ్గు తవ్వకాలు జరుగేటివి. దాంతో భూమిపై పొరకు నష్టం జరిగేది కాదు. ఉత్పత్తిలో తట్టా చమ్మాస్ ప్రధాన పాత్ర ఉండేది. తట్టాచమ్మాస్ అంటే కార్మికుడు. కార్మికునికి ఉత్పత్తిలో ప్రధాన పాత్ర ఉండేది. కార్మికుడు తాను పని చెయ్యనని చేతులు ముడుచుకుంటే, సమ్మె చేస్తే ప్రభుత్వాలు దిగివచ్చేటివి. కానీ ఇప్పుడా పరిస్థితి లేదు. ఉత్పత్తిలో కార్మికుని పాత్ర తగ్గిపోయింది. అండర్‌గ్రౌండ్ గనుల ద్వారా జరిగే ఉత్పత్తి కంటే ఓపెన్‌కాస్టుల ద్వారా ఉత్పత్తి ఎక్కువ తీయవచ్చని వీలైనంత తక్కువ కాలంలో ఎక్కువ సంపద కాజేయవచ్చనే కుట్రల ఫలితంగానే ఓపెన్‌కాస్టు విధానం అమలులోకి వచ్చింది". అతని గొంతులో కఠినత్వం చోటు చేసుకుంది.

"ఈ కుట్రలు ఎవరు చేస్తాండ్లని మీకు అనుమానం రావచ్చు. ఎవలంటే ఇక్కడి ప్రజల పట్ల ఇక్కడి పర్యావరణం పట్ల ఈ ప్రాంత భవిష్యత్ పట్ల ప్రేమలేని వాళ్ళు ఇక్కడ సంపదను వీలైనంత తక్కువ కాలం లో ఎక్కువగా కాజేసి సొమ్ము చేసుకోవాలనే దురాలోచనా పరులు కుట్రలకు బలైపోతున్నం" అన్నాడతను ఆవేశంగా.

అవునన్నట్టుగా మల్లేశం తలాడించిండు. రాజిరెడ్డి చేతులు బిగుసుకున్నాయి.

"మన భూముల్లో బొగ్గు సంపద ఉంటే మన బతుకులు ఎందుకు బాగుకాలేదు. మన బొగ్గుసంపద ఎవనికో లాభాలు పండిస్తే మన బతుకులు చీకటి చెయ్యటం ఏమిటి? ఈ తలకిందుల వ్యవహారం ఎట్లా న్యాయం అవుతుంది".

"మనం ప్రశ్నించాం, ఎదురు తిరిగాం. ప్రశ్నించే గొంతులను నులిమివేయకుండా ఎదురుతిరిగే వాళ్ళను అంతం చెయ్యకుండా తమ దోపిడి సాగదని జాతీయ అంతర్జాతీయ దోపిడి దొంగలు కుట్రలు పన్నారు. ప్రశ్నించే గొంతులను నులిమి వేయటానికి బొగ్గు గనుల్లో నెత్తుటేర్లు పారించారు. ఒక్కొక్క గొంతు నులిమి వేస్తూ వాడు మరింత రెచ్చిపోయిండు. వాడు ఏ విలువలు పాటించలేదు. ఎటువంటి దుర్మార్గాన్నైనా చేయటానికి వెనుకాడలేదు. మనం పోరాడినంతకాలం వానికి బొగ్గుగనులు ప్రవేటుపరం చేయటం సాధ్యం కాలేదు. ఎప్పుడైతే ప్రశ్నించే గొంతులను,

పోరాడే చేతులను నరికివేసిందో అప్పుడిక వానికి ఎదురులేకుండా పోయింది". నిరాశ నిస్పృహ అతని గొంతులో ధ్వనించింది.

"అవును" అంటూ మల్లేశం అరిచిండు. గతాన్ని గుర్తుచేసుకున్నాడు. అప్పుడు ఎన్ని ఆశలు ఎన్ని ఆకాంక్షలు, ఎంత ఆవేశం. విచ్చుకత్తుల బోను లాంటి పోలీసు నిర్బధాల మద్యనే పోరాట జ్వాల రగులుకున్నది.

వెంకటేశం మళ్ళీ మాట్లాడసాగిండు. "ఇప్పుడు వానికి మన బొగ్గు నిల్వలను అమ్మేసుకోవటానికి ఏ అడ్డంకులు లేవు. అమ్మిన కాడికి అమ్మేసిండు. చివరికి ప్రభుత్వరంగ సింగరేణి సంస్థ కూడా ఇవ్వాళ ఎంత మాత్రం ప్రభుత్వరంగ సంస్థ కానేకాదు. పేరుకు ప్రభుత్వరంగ సంస్థ. ఉత్పత్తిలో ప్రైవేటు సంస్థలకే క్రీయాశీలక పాత్ర. ఉత్పత్తిలో కార్మికుని ప్రాధాన్యత తగ్గిపోయిన తరువాత కార్మికునికి విలువ ఎక్కడిది? కంపినిలో కార్మికులు చేసే పనులను ఒక్కొక్కటిగా ప్రైవేటు పరం చేస్తుంటే ఇక కార్మికులకు పనులు ఎక్కడుంటాయి. ఎప్పుడైతే ఉత్పత్తిలో ప్రైవేటు భాగస్వామ్యం పెరిగిపోయిందో అప్పుడు సింగరేణి మేనేజుమెంటు చేస్తున్న పని ఒక్కటే. ఎట్లాగైనా ఎక్కువగా ఉన్న కార్మికులను ఎట్లాగో గోసపెట్టి ఇంటికి పంపించాలని మాత్రమే" అన్నాడు.

"ఇప్పటికి నలుబై వేల మందిని తీసేసిండ్లు. ఇంకా తీసేస్తరంట". అసహనంగా అన్నడు రాజిరెడ్డి.

"అంతటితో ఆగదు, ప్రభుత్వరంగ సింగరేణి సంస్థకు అంతర్గత ప్రవేటీకరణ ద్వారా పీల్చి పిప్పిచేసి చివరికి నామరూపాలు లేకుండా చేయటమే ప్రభుత్వం లక్ష్యం. ఒక్క సింగరేణి కాదు, ప్రభుత్వరంగ పరిశ్రమలన్నింటిని ఇలా చేయటమే ప్రస్తుత పాలకుల కర్తవ్యంగా మారింది. వాళ్ళు తమ పాలసీలను యధేచ్చగా అమలు జరుపుతు ప్రజల జీవితాలను మరింత దుర్భర స్థితిలోకి నెడుతున్నారు".

"మరి ఈ అన్యాయం ఇలా సాగాల్సిందేనా! దీనికి పరిష్కారంలేదా" రాజిరెడ్డి.

వెంకటేశం రాజిరెడ్డి మొఖంలో సూటిగా చూసిండు.

"ఉంది. దీనికి పరిష్కారం ఒక్కటే, దేశసంపద దేశ ప్రజలకు చెందాలి. కష్ట పడేవాడికి తిండికి కొదవ ఉండవద్దు. వానిపెండ్లాం పిల్లలు సుఖంగా బతకాలి. దేశంలో ఆకలి చావులు ఉండవద్దు, అసమానతలు ఉండవద్దు. అందరికి సమాన అవకాశాలుండాలి, దోపిడి పోవాలి. అంతకు మించి మార్గంలేదు. ఎనభైవ దశకంలో

సింగరేణిలో కార్మికులు ఏ ఆశయాలు కోసమైతే ఉద్యమించిండ్లో, పోరాటవెల్లువ సృష్టించిండ్లో, ఆ ఆశయం నెరవెరలేదు. శత్రువు పాసిస్టు నిర్బంధంలో ప్రజల ఆశల మీద నీళ్ళుచల్లి తన దోపిడిని యధేచ్ఛగా కొనసాగిస్తున్నారు".

"తిర్గి తిర్గి మళ్ళీ అదే దారిలోకి వచ్చాం". అన్నడు మల్లేశం.

"అంతకు మించిన దారేదిలేదు". అన్నడు రాజిరెడ్డి.

"అవును. అంతకు మించి దారేది లేదు. ప్రజలంతా సుఖంగా బతకాలని ఏ ఆశయం కోసమైతే ఎంతో మంది ప్రాణత్యాగం చేసారో, అదే ఆశయం కోసం ఉద్యమించటం తప్ప మరో దగ్గరి దారేది లేదు". వెంకటేశం ధృడంగా పలికిండు.

బీడుపడిన పంటపొలాల మధ్య, బతుకు తెరువు కోల్పోయిన గ్రామంలో కూలిపోయి బెచ్చలూడిన పాత ఇంటిలో ఆ యువకులు రేపటి బంగారు భవిష్యత్తు కోసం కలలు కంటున్నారు. ఆ కలలను సాకారం చేసుకోవటానికి కంకణ బద్ధులవుతున్నారు. నిప్పు రాజుకుంటున్నది.

* * *

12

యాడాది తిర్గేసరికి ఊరిస్వరూపమే మారిపోయింది.

ఊరు చుట్టూ ఓపెన్ కాస్టు మట్టి దిబ్బలు లేచినవి. అవి రోజు రోజుకు పెరిగిపోసాగినవి. జెల్లారం చెరువు తవ్విపోసిన మట్టితో నిండిపోయింది. చెరువుతో పాటు కట్టమైసమ్మ గుడి పోయింది.

బెస్తవాళ్ళు గగ్గోలు పెట్టారు. చెరువుపోతే మా బతుకేమి కావాలని ఆందోళన చెందారు. కానీ వాళ్ళ ఆందోళన అరణ్యరోదనే అయ్యింది.

చెరువు ఉన్నది ప్రభుత్వ భూమే, అందుకు దానికి ఎటువంటి నష్టపరిహారం చెల్లించాల్సిన అవసరం కంపినికి లేకుండా పోయింది.

బెస్త రాములు ఇప్పుడు చేపలకోసం కుంటలపొంటి బొందల్లో నిలిచిన నీళ్ళల్లో దేవులాడుతాండు. కానీ అడివికి కట్టెలు మోసినట్టుగా ఉంది బతుకు.

చెరువు కట్టకిందుండే వందాలాది తాటిచెట్లు బుల్‌డోజర్ల తాకిడికి నేలకూలి పోయాయి. వాటితో పాటు తాళ్ళుగీసే గౌండ్లోల్ల బతుకు ఆగం అయింది. పచ్చటి తాటివనం ఉన్నచోట తవ్వితీసిన మట్టి కుప్పలు దర్శనమిస్తున్నాయి.

ఓపెన్‌కాస్టు గనులు వచ్చిన చాలా ప్రాంతాల్లో జరిగినట్టుగానే పెద్దంపేటలో కూడా జరిగిపోతుంది. భూములు పోయిన తరువాత కూలినాలి చేసుకునే బతికే వాళ్ళ పరిస్థితి మరింత కష్టమైంది. వాళ్లంతా ఇప్పుడు కూలికోసం ఎన్టిపీసి అడ్డాలకాడికి పరుగులు పెడతాండ్లు.

కూలీలల్లో పోటి పెరిగింది. బంటాలుతీసే పనులను, మట్టి తవ్వే పనులును ఇప్పుడు యంత్రాలతో చేయటం మొదలైన తరువాత కూలి దొరకటం కూడా కష్టమైంది. కూలికోసం వచ్చే వందలాది మందిలో కాంట్రాక్టర్లు కాస్త నజరుగా కనిపించే వారిని, కండపుష్టి ఉన్నవాళ్ళను ఏరుకొని పనిలో తీసుకుంటాండ్లు. అదికూడా తక్కువ కూలికే, కాదంటే అది కూడా లేదు పొమ్మంటాండ్లు. దాంతో ఎంత కూలి ఇచ్చినా పని చేయటానికి కూలీలు సిద్ధపడుతాండ్లు.

కూసోని తింటే గుమ్ములైన కరిగిపోతాయంటారు. చేసేందుకు పనులు లేకపోవటంతో నష్టపరిహారం కింద వచ్చిన పైసలతోని బతుకు వెళ్ళదీసుకుంటాండ్లు. పైసలు వచ్చినయని తెలిసి అప్పులోల్లు వచ్చి ఇంటిముందు కూచుంటాండ్లు. ఉన్నయిలేనియి మిత్తిల మీద మిత్తీలు వసూలు చేసుకొని ఉడాయిస్తాండ్లు.

పైసలు చేతికి వచ్చేసరికి, కొంతమంది ఆగతలేరు. గ్రామంలోని బెల్టుషాపులు కాడ బ్రాందీ షాపులకాడ పొద్దుమాపులు గూమికుడుతాండ్లు. పూటుగా తాగి సోయి సొక్కులేకుండా రోడ్లమీద పడిపోయేవాళ్ళు పడిపోతున్నరు.

రాజీరు పరిస్థితి అట్లాగే తయారైంది. సాయిలు ఎంతవద్దన్నా రాజీరు కంపినికి భూములు అప్పగిస్తూ సంతకాలు చేసివచ్చిండు. వచ్చిన నష్టపరిహారం కూడా తానే తీసుకొని తండ్రి చేతిలో చిల్లగవ్వ కూడా పెట్టలేదు. పైసలు చేతిలోకి వచ్చేసరికి ఇక నా అంతటివాడు లేడన్నట్టుగా విర్రవీగుతూ పొద్దుమాపు తాగుతాండు.

రాజీరు భార్య వెంకటలక్ష్మికి భర్త పరిస్థితి చూసి భయం వేసింది. ఇదంతా ఏదో నాశనకాలానికి వచ్చిందని, ఉన్న పైసలు అయిపోతే రేపు బతికేదెట్లా అన్న ఆందోళన మొదలైంది.

రాజీరు తాగివచ్చిన ప్రతిసారి వెంకటలక్ష్మి భర్తతో లొల్లికి దిగేది.

“ఇట్లయితే ఇక ఈ సంసారం ఈదటం నావల్ల కాదు. ఏ నుయ్యో గొయ్యో చూసుకుంటానంటూ” ఏడ్పులంకించుకునేది. రాజీరు తాగిన మైకంలో “నువ్వేంటే నాకు చెప్పేది. నా పైసలు నా ఇష్టం. ఉంటే ఉండు చస్తే చావు” అంటూ పెండ్లాం మీదికి గయ్యిన లేచినాడు. భార్యభర్తల మధ్య మాటమాట పెరిగి చెయ్యి చేసుకున్న సందర్భాలున్నాయి. దాంతో భార్యభర్తల పంచాయితి ముదిరిపోయేది.

సాయిలుకు ఎటు పాలుపోవటం లేదు. 'వద్దు వద్దంటే వినకపాయే, అదిపాయే వచ్చిన పైసలన్నా సక్రమంగా ఉపయోగించుకుంటుండా అంటే అదీ లేకపాయే' అనుకొని ఎన్ని విధాలుగా కొడిక్కి నచ్చచెప్పటానికి ప్రయత్నించిండు. కాని రాజీరు ఎవరి మాటలు వినే పరిస్థితి లేకుండా పోయింది.

ఎందుకిట్లా తయారైండో సాయిలుకు అర్థం కావటంలేదు. గతంలో ఇట్లా తాగేటోడు కాదు. ఎప్పుడన్నా తాగితే తాళ్ళల్ల ఇంతకల్లు తాగేటోడు. పైసలు ఖర్చవుతయని బ్రాండి షాపుకు పోయేటోడే కాదు. ఇప్పుడేమో తాగకుంటే ఉండలేని పరిస్థితి ఎందుకు వచ్చిందో అర్థం కావటంలేదు. దాంతో నల్గురు పెద్ద మనషులతోని రాజీరుకు బుద్ధిమాట చెప్పించాలని పంచాయితీ పెట్టించిండు.

వాళ్ళేమో "ఓరే రాజీరు ఇట్లా తాగితే ఎట్లరా... ఇట్లయితే నీసంసారం ఏం కావాలి. నిన్ను నమ్మి వచ్చిన నీ భార్య పరిస్థితేమిటి. ముసలోడు మీ అయ్య బతుకు ఏంకావాలి". అంటూ అనునయంగా చెప్పుకొచ్చిండ్లు.

రాజీరు పెద్ద మనుషుల మాటలుకూడా లెక్కచేయలేదు. మీదికేల వాళ్ళమీదే గయ్యిమని లేచిండు. "అయ్య మీరు చెప్పేదేమిలేదు. నాఇష్టం వాళ్ళకేమన్నా తక్కువ చేసిన్నా. ఉంటే ఉండనియ్ లేకుంటే పోనియ్" అన్నాడు మొండిగా.

'అదేందిరా అట్లా మాట్లాడుతానవ్, అంటూ పెద్దమనిషి కోపానికి వచ్చిండు.

"అయ్యా, నేనేమి బలిసి తాగుతలేను. నా బాధలు నాకున్నాయి". అన్నాడు రాజీరు.

"ఏం బాధలురా?"

"ఏం చేసుకొని బతకాలి, ఎట్లా బతకాలి. ఎక్కడ పనిచేస్తామన్నా పనులు దొరకుతలేవాయే.."

"పనులు దొరకకుంటే తాగి తాగి ఉన్నపైసలు ఊడగొట్టుకుంటావురా! ఇట్లా అయితే ఎన్ని రోజులు బతుకుతవు" పెద్దమనిషి నచ్చచెప్పటానికి ప్రయత్నించిండు.

"ఎన్ని రోజులైతే అన్ని రోజులు బతుకుతా. అటు తరువాత ఇంత విషం తాగిచస్తా"

"సచ్చుడు గొప్పదనం కాదురా! బతకటం గొప్పదనం. సరే నువ్వు కమ్మగతాగి చస్తవు, కాని నీ పెండ్లాం పరిస్థితేమి కావాలి. మీ అయ్య పరిస్థితేమి కావాలి".

రాజీరు ఏం మాట్లాడలేదు. “అరెయ్, ఎందుకట్లా బెల్లంకొట్టిన రాయిలా ఉంటవు. బదులు చెప్పవేం”. అన్నాడా పెద్దమనిషి. “ఇదిగో, వీనికి మంచిమాట చెప్తే వినే పరిస్థితి లేదుకాని, వచ్చిన పైసలు మూడు భాగాలు చేసి, వాని అయ్యకింత, వాని భార్యకింత ఫిక్స్ చెయ్యాలి. ఇక వాని భాగానికి వచ్చిన పైసలు వాని ఇష్టమొచ్చినట్టు చేసుకోని. “చెప్పుతే విననోనికి మనం ఎంత చెప్పినా దండుగే” అని పెద్దమనుషులు ఒక నిర్ణయం చేసిండ్లు.

ఇంటింటికి మట్టి పొయ్యే అన్నట్టుగా గ్రామంలో అందరి పరిస్థితి ఒక తీరుగానే ఉంది. యువకులు, కాళ్ళు చేతులు ఆడే వాళ్ళు పొద్దున్నే లేచి కూలి కోసం ఎన్టిపీసి, గోదావరిఖని పట్టణంకు పోతాండ్లు. ఏ పని దొరికితే ఆపని చేసుకొంటాండ్లు. అయినా కూలి దొరికిన నాడు దొరకుతుంది. లేనినాడు లేకుండా పోతుంది.

రోజురోజుకు ఊరిచుట్టూ ఓపెన్ కాస్టు మట్టి కుప్పలు పెరిగిపోతున్నాయి. వాటితోపాటే భారీ యంత్రాలు చప్పుళ్ళు ఎక్కువైనవి. మట్టి తీసుకొని వచ్చే భారీ డంపర్లు మట్టి కుప్పల మీద పోసినప్పుడు రేగిన దుమ్ము ఊరి మీదికంటూ పాకిపోయి, ఊరిలోని ప్రతిచెట్టు, ప్రతి ఇంటి మీద అరచేతి మందం దుమ్ము పేరుకపోయింది. అంతకు ముందు నాల్గు మూరలు తవ్వితే జలజల పొంగే బావులు రోజురోజుకు ఎండిపోతున్నయి. తాగేందుకు నీటి కరువు ఏర్పడింది.

ఇట్లయితే లాభం లేదనుకున్న గ్రామస్థులు సర్పంచును పట్టుకొని పోయి జీ.యం ఆఫీసుల చుట్టు తిరిగిండ్లు. ఆయనమో “నా చేతిలో ఏముంది పైకి రాస్తాను” అంటూ తప్పుకున్నడు.

నీళ్ళకోసం లొల్లిమొదలైంది. ఊరిని ఆనుకొని కంపిని కాలనీకి పోయే మంచినీళ్ళ పైపులైనుంది. కొంతమంది యువకులు మంచినీళ్లు పైపులైనుకు పొక్కలు చేసి నీళ్లు పట్టుకోవటం మొదలుపెట్టిండ్లు. అదిచూసి గ్రామంలోని స్త్రీలు అక్కడ చాంతాడంత క్యాకట్టి పైపులనుండి కారే నీళ్లు పట్టి తెచ్చుకోవటం మొదలుపెట్టిండ్లు.

మంచినీళ్ళు పైపులకు పొక్కలు చేసిన సంగతి తెల్సి కంపిని అధికారులు వచ్చిండు.

ఆ రోజు పెద్దలొల్లి జరిగింది.

“ఇట్లా అక్రమంగా పైపులైన్లకు పొక్కలు కొట్టడం నేరం” అన్నారు అధికారులు.

"మళ్ళి ఇటువంటి సంఘటనలు జరిగితే పోలీసు కంప్లెంటు ఇవ్వాల్సి వస్తదని" హెచ్చరించారు.

గ్రామస్తులు ఎదురు తిరిగిండ్లు. ముఖ్యంగా స్త్రీలు ముందు వరుసలు నిలిచి "ఇదేం అన్యాయం మా భూములు తీసుకొని మా బతుకులు ఆగం చేసిన కంపిని మాకు తాగేందుకు ఇన్ని మంచి నీళ్ళయినా ఇవ్వదా! మేం ఎట్లా బతకాలి" అంటూ లొల్లికి దిగిండ్లు.

లొల్లి ముదిరింది. గ్రామస్తులు మూకుమ్మడిగా పిల్ల పాపలతో పోయి జీ.యం ఆఫీసు ముంగట ధర్నాలు నిర్వహించిండ్లు.

చివరికి కంపిని దిగివచ్చి ఊర్లో నాల్గు బోర్లు వేయటానికి సంసిద్ధం కావటంతో సమస్య సమిసిపోయింది.

భూదేవికి ఏదీ జరుగకూడదని తలిచిందో అదే జరిగిపోతుంది. దేవుడిట్ల రాసి పెట్టి ఉంటే ఎవరు మాత్రం ఏం చెయ్యగలరని తనకు తాను సమాధానం చెప్పుకుంది. అయినా ఏదో అసంతృప్తి, వేదన ఆమెను వెంటాడుతూనే ఉంది.

ఏదో విధంగా కాలం గడిచిపోతుందని తలిచిన భూదేవికి పుండు మీద కారం చల్లినట్టుగా కాంట్రాక్టరు రాజేశంకు పనిలోనుండి తీసేసిండు. దాంతో అంతో ఇంతో సాఫీగా జరిగిపోతుందనుకున్న సంసారం మళ్ళీ ఆగం అయ్యింది.

"ఏమైందిరా, ఎందుకు తీసేసిండ్లు" భూదేవి.

రాజేశం పని పోయేసరికి దిగులుతో ఉన్నాడు.

"ఏముంది పనులు లేవంటాండు. మళ్ళీ పనులు ఉన్నప్పుడు పిలుస్తాడంట". ఇది అయ్యేపని కాదని రాజేశంకు తెలియని విషయంకాదు.

"వాని పనులకు ఏమైంది కాంట్రాక్టు కొనసాగుతూనే ఉంది కదా!" అంది భూదేవి.

"వాన్ని ఎవడు అడగాలి, కాంట్రాక్టరు ఇష్టం. ఎప్పుడైనా పనిలో పెట్టుకుంటడు, ఎప్పుడైనా తీసెస్తడు". అన్నాడు రాజేశం నిర్లిప్తంగా.

రాజేశం కాంట్రాక్టరు కింద కొన్ని రోజులు రోడ్డుకు అడ్డంగా పోయే భారీ వాహనాలను కంట్రోలు చేసే పని చేసిండు. అక్కడ ఆయన పనల్లా రోడ్డు మీద

వచ్చే వాహనాలు గుర్తించి డంపర్ల దారిలో దారికడ్డంగా కట్టిన కర్రను పైకి కిందికి గుంజుతు వాటికి లైన్ క్లియరెన్స్ ఇచ్చే పనిచేసేవాడు. ఆ పనిలో రాత్రి పగలు ఎండ వాన చలి అనకుండా రోజుకు పన్నెండు గంటలు చేయాల్సి వచ్చింది. ఇప్పుడు ఆ దారి అవసరం తీరిపోయి, మరో దిక్కున మట్టిపోసే పని మొదలుకావటంతో రాజేశంకు పనిలేకుండా పోయింది. దాంతో మేనేజరు సుబ్బారావు "మళ్ళీ పని ఉన్నప్పుడు పిలుస్తాను" అంటూ చావుకబురు చల్లగా చెప్పిండు.

'ఏదో విధంగా బతుకు గడిచిపోతుంది. అనుకుంటే మళ్ళీ మొదటికి వచ్చింది' అనుకుంది భూదేవి. తన తలరాత ఇట్లా రాసి ఉంది. ఎవన్ని అని ఏం లాభం అనుకుంది.

చిన్నోడు మల్లేశం ఇంటి సోయి వంటి సోయిలేకుండా తిర్గుతున్నడు. ఎప్పుడు ఇంటికి వస్తడో, ఎప్పుడు పోతడో వానికే తెల్వదు. ఒక్కొక్కసారి కొన్ని రోజుల దాక పత్తాలేకుండా పోతడు. 'ఎటుపోయినవురా' అంటే నీకు తెల్వదిలే అంటడే తప్ప మరొకటి చెప్పడు.

భూదేవి కొడుకు మీద కోపం కోడలి మీద చూయించేది. "నువ్వైన వాన్ని ఓ దారిలో పెట్టకపోతివి" అంటూ నిష్ఠూరంగా మాట్లాడేది.

కాని కమల మాత్రం ఏం చేస్తది. "నేను చెప్పితే వినే పరిస్థితి ఉందా!" అని సమాధానం ఇచ్చేది. ఇంటికి వచ్చినప్పుడు మల్లేశం కమలకు ఏవో మాయమాటలు చెప్పేవాడు. పనికోసం వెతుకుతున్న అనే వాడు. ఇంకేమన్నా కోపం చేస్తే తిండి తిప్పలు మానేసి మళ్ళీ వచ్చిన దారిలో పోయేవాడు.

ఇక ఆయనకు చెప్పేమి లాభం లేదని కమల గమ్మున ఉండిపోయేది. ఇక ఇట్లయితే లాభం లేదని కాలనిలో రోడ్లు ఊడ్చే పని చేపట్టిన కాంట్రాక్టరు దగ్గర కొలువు కుదిరింది.

కంపిని సానిటరి సపాయి పనులను ఔట్‌సోర్సింగ్ చేసిన తరువాత, అంతకు ముందు సానిటరి పనులు చేసే కార్మికులకు పనులు లేకుండా పోయింది. ఆ పనులు ఇప్పుడు కాంట్రాకర్లే నిర్వహిస్తున్నారు. వాళ్ళేమో పదిమంది పనిచేసేకాడ నల్గుర్నైపెట్టి పనులు వెల్లదీసుకుంటున్నారు. కమల పొద్దున చీకటితోనే పనిలోకి పోవాలి. ఒక్క నిముషం అటు ఇటయినా కాంట్రాక్టరు చిర్రుబుర్రులు ఆడేవాడు.

అట్లా ఉదయం ఐదు గంటలనుండి సాయంత్రం ఐదుగంటల వరకు పనులు చేస్తూ ఏదో విధంగా బతుకు నెట్టుకొస్తుంది.

"అసలు మన బంగారం మంచిది కాకుంటే ఇంకొకల్ని అనేమి లాభం" అనుకుంది భూదేవి.

రాజేశం పని పోయిన తరువాత అందరి మాదిరిగానే కూలి పనులకోసం వెంపర్లాడిండు. వారానికి ఒకటిరెండు రోజులకు మించి పనులు దొరకటమే గగనమైంది. ఇక ఇట్లయితే లాభం లేదనుకొని ఊర్లో కొద్దిమంది బొంబాయికి పోతుంటే వాళ్ళతో పోవటానికి తయారైండు.

భూదేవి కాదనలేకపోయింది. దేశంకాని దేశంపోయి వాడు ఎట్లా బతుకుతాడో అన్న బెంగ అయితే ఉందికాని ఇంతకు మించి దారేది కన్పించలేదు.

కోడలు, మనుమడు కన్నీరుపెడ్తె గుండె ధైర్యం చేసుకొని వాళ్ళను ఊకుంచింది. "ఎన్ని రోజులు పోతడు. మళ్ళీ వచ్చే దీపావళి పండుగకు ఇంటికిరా" అంటూ కొడుకుకు చెప్పి మనుమడు శీనును దగ్గరికి తీసుకొని కన్నీరు కార్చింది భూదేవి.

రాజేశం పెండ్లాం, పిల్లలతోని బతుక పోదామనే అనుకున్నడు. కాని పోయినకాడ ఎట్లా ఉంటుందో ఏమో అన్న బెంగతోని ఆ ఆలోచన విరమించుకున్నడు. పోయిన కాడ కాస్త కుదురుకొని ఏదన్నా పని దొరకబట్టుకున్న తరువాత భార్యను కొడుకును తీసుకపోతనని నచ్చజెప్పి బతుకుదెరువు వెతుక్కుంటూ బొంబాయికి బయలుదేరిండు.

ఒక్క రాజేశమే కాదు. ఊర్లో చాలామంది యువకులు బతుకుదెరువు వెతుక్కుంటూ దూర ప్రాంతాలకు పోతున్నరు. కొంతమంది దుబాయ్, అరబ్ దేశాలకు పోయిండ్లు. అట్లా పోయినోళ్ళలో కొందరి పరిస్థితి బాగానే ఉంది. అప్పటికే వాళ్ళు ఇంటికి డబ్బులు పంపుతుండటంతో మిగితా యువకుల్లో కూడా ఆశలు రేపింది.

రాజేశంకు కూడా దుబాయ్ పోవాలనే ఉంది కాని అందుకు సరిపోను డబ్బులు లేకపోవటంతో బొంబాయికి పయనమైండు. అక్కడ కొన్ని రోజులు ఏదో విధంగా నెట్టుకొని వచ్చి ఎప్పటికైనా దుబాయ్‌కి పోవాలన్న ఆలోచనల్లో ఉన్నాడు.

రాజేశం బయలుదేరే రోజు రానే వచ్చింది. ఇంట్లా అందరు ఏడ్పులు అర్పులు మొదలుపెట్టేసరికి రాజేశం గుండె తడారింది. అయినా ధైర్యంతెచ్చుకొని

"ఎందుకేడుస్తాండ్లు. ఎన్ని రోజులు పోతా. అక్కడ ఏదన్న ఏర్పాట్లు చూసిన తరువాత వచ్చి తీస్కపోతాలే" అంటూ భార్యను ఓదార్చిండు.

ఉన్న ఊరిని వదిలి కొడుకు బతుకుతెరువు వెతుక్కుంటు పోవటం భూదేవికి బాధనిపించింది. అయినా చెయ్యగలగిందేమిలేదని అర్థం అయింది.

"పోయిన కాడ డబ్బు యావలో పడిపోయి తిండి సంగతి మరిచి పోకు. కాని దేశం పోతానవు అక్కడ మంచైనా చెడ్డయినా చూసే వాళ్ళుండరు". అంటూ కన్నీళ్ళు తీసుకున్నది.

రాజేశం ఎల్లిపోయిండు.

రాజేశం ఊరిడిసి పోయిన మూడవ రోజున రాజీరు ఓసీపి మట్టికుప్పను ఆనుకొని పెరిగిన గుబురు తుమ్మ పొదలల్ల శవమై తేలిండు.

ఆ విషయం తెల్సి అందరితోపాటు భూదేవి ఉరికింది. అప్పటికే అక్కడికి చేరిన రాజీరు భార్య వెంకటలక్ష్మి రాజీరు శవం మీదపడి ఏడుస్తున్నది. రాజీరు శవంకు కొద్ది దూరంలో సాయిలు దు:ఖంతో కూచున్నడు. ఉల39ిికు పలుకులేకుండా బిత్తరచూపులు చూస్తున్నడు. భూదేవిని చూసి మరోసారి బోరుమన్నడు.

ఆ దు:ఖంలో సాయిలు పిచ్చిగా పిచ్చిగా అరుస్తున్నడు. "ఎవల్ని బతకనియ్యరు. అందర్ని సంపుతరు. మన చేత్తోని మన మెడకే ఊరేసి సంపుతరు. ఎవ్వని చేతికి మైల అంటదు. ఎవడు దోషి కాదు. భూమ్మీద పుట్టిన పాపానికి పాపమంతా మనదే" అంటూ భూదేవి కాళ్ళపై బడి ఏడ్వసాగిండు.

భూదేవికి సాయిలును ఊకుంచవశమైతలేదు. "ఓరి దేవుడా మేం ఏం పాపం చేసినమని మాకీ శిక్ష" అంటూ భూదేవి కనిపించని దేవున్ని తిట్టకుంటూ ఏడ్చింది.

* * *

13

రాజేశం ఊరు వదిలి పోయిన తరువాత ఇంట్లో తిండికి కటకట ఏర్పడింది. ఇక లాభం లేదని రాజేశం భార్య రాజేశ్వరి ఉప్పరి పనికి పోతాంది. భూదేవి ఒక్కతే మనుమడు శీనును పట్టుకొని ఇంటి పట్టున ఉంటుంది.

ఊరి భూములు తీసుకున్న తరువాత రేపోమాపో ఊరును కూడా కంపిని తీసుకుంటుంది అని జనం ఆశించిండ్లు. కానీ ఏండ్లు గడిచినా ఊరును తీసుకోవటం గురించి కంపిని చడిచప్పుడు చేయటంలేదు.

గవర్నమెంటు రికార్డులో ఊరిని నిర్వాసిత గ్రామాల కింద చేర్చిండ్లు. దాంతో గవర్నమెంటు ప్రకటించిన సంక్షేమ పథకాలేమి అమలు కావటంలేదు. రేషన్‌షాపు షావుకారి "నేను మాత్రం ఏం చెయ్యను, ప్రభుత్వం నుండి సరుకులు రాకుంటే" అంటూ చేతులు ఎత్తేసిండ్లు. చివరికి రాష్ట్ర ప్రభుత్వం ఎంతో ఆర్భాటంగా ప్రారంభించిన వృద్యాప్య పింఛన్లు, ఇందిరమ్మ పథకాలు ఏవికూడా ఆ గ్రామానికి వర్తించకుండా పోయాయి. అందుకు కారణం ప్రభుత్వం రికార్డులో ఆ గ్రామం నిర్వాసిత గ్రామంగా లెక్కలోకి లేకపోవడమే.

గ్రామంలో ఉన్న స్కూలును ఎత్తేసి అక్కడికి ఆరు కిలోమీటర్ల దూరంలో ఉన్న కాలనికి మార్చింది. దాంతో పిల్లల చదువులు దెబ్బతిన్నాయి. కొద్దిమంది పెద్ద పిల్లలు తప్పితే చిన్నపిల్లలను అంతదూరం పంపించలేక చదువులు మాన్పించారు.

ఇప్పుడు శీను బడి బంద్లై పోయింది. తనతోటి పిల్లగాండ్లతో పొద్దుమాపు ఆటలే. ఆటలు మాత్రం ఏమున్నయని. మట్టిలో గోలీలు ఆడుకోవడం. చిర్రగోనే ఆడటం పిచ్చిపిచ్చిగా తిరగటం.

కష్టం సుఖం ఏమి తెలియని బాల్యం, ఆకలైతే అమ్మ అనటం తప్ప మరేమి తెలియని బాల్యం, సరైన తిండిలేక కంతలు దేలిన మనుమన్ని చూస్తే భూదేవి మనసు తరుక్కపోయేది. కోడలు పనిలోకి పోతే మనుమనికి అన్ని తానై చూసేది. వాడు ఆకలికి ఆగడని తెలిసి తాను ఒకపూట తినకుండా మనుమని కోసం దాచిపెట్టేది.

మధ్యాహ్నం మూడైతే చాలు, ఊరిలో భూకంపం వచ్చినట్టు పెద్దగా పేలుల్లు సంభవించేవి. ప్రతి రోజు మధ్యాహ్నం మూడు గంటల సమయంలో ఓపెన్‌కాస్టు గనిలో బొగ్గుకోసం బ్లాస్టింగ్ జరుగుతుంది. వాటితో పాటి ఊపిరి సలుపని దట్టమైన పొగ దుమ్ము ఆకాశం కంటూ లేచి క్రమంగా ఊరిని కమ్మేస్తుంది.

బ్లాస్టింగ్‌ల వల్ల ఊళ్ళో చాలా ఇండ్ల గోడలు పర్రెలు బాసినవి. ఊరిలో ఉండె హన్మండ్ల గుడి గోడలు రెండుగా చీలిపోయింది. ఇంటి పెంకులు లేచిపోయ్యేది. ఎప్పుడో కాకతీయుల కాలం నాటిదని చెప్పే శివాలయం కూడా ఎప్పుడు కూలి పోతుందో తెలియని పరిస్థితి ఏర్పడింది.

బ్లాస్టింగ్ సమయంలో భూకంపం వచ్చినట్టుగా కదిలే ఇండ్లలో ఉంటే ఎప్పుడు కూలిపోతుందోనన్న భయంతో ఊరిలో జనం ఆ సమయంలో వీధుల్లోకి వచ్చే వాళ్ళు. బ్లాస్టింగ్ అయిపోయిన తరువాతే మళ్ళీ ఇండ్లలో పోయేటోళ్ళు.

ఎండకాలంలో బోరుల్లో నీరెండిపోయింది. చుక్కనీరు దొరకని పరిస్థితి ఏర్పడింది. ఆ సమయంలో ఓపెన్‌కాస్టు గనుల్లో తోడేసిన నీళ్ళు ఊరి పక్క కాలువలా పోయేది. చివరికి ఆ నీళ్ళే ఊరి వారికి దిక్కయ్యాయి.

ఆ నీళ్ళేమో చిలుము వాసనవేసేవి. ఆయిల్, మురికి కలగలసి పోయేవి. తాగేందుకు మాత్రం దూరంగా ఉన్న లెవన్ ఏ ఇంక్లయిన్ బావి ముందున్న నీళ్ళ పంపునుండి తెచ్చుకునేవాళ్ళు.

పొద్దుమాపు స్త్రీలకు అదో పెద్ద పని, చుట్టు పోసిన మట్టి కుప్పల మధ్యనుండి దాదాపు మూడు కిలోమీటర్ల దూరం పోయి మంచి నీళ్ళు తెచ్చుకోవలసి వచ్చింది.

మగవాళ్ళయితే సైకిల్ల మీద బిందెలు కట్టుకొని నీళ్ళు తెచ్చేటోళ్ళు. మగదిక్కులేని ఇంట్లో ఆ పని భూదేవి చెయ్యాల్సి వచ్చేది. అంతదూరం పోయి నీళ్ళు తెచ్చుకోవటం రోజు యాతనే అయ్యేది. చాలా కుటుంబాలు ఊరి విడిచిండ్లు. పదకొండు వందల కడప ఉండకాడ నాల్గువందల మంది కూడా ఉండటంలేదు. ఉన్నవాళ్ళ పరిస్థితి కూడా దిక్కుతోచని స్థితిలోపడిపోయింది.

"ఎక్కడికి పోయినా ఏముంది, కనీసం నీడ కూడా లేకుండా పోతుంది కదా!" అని బెంగతో ఏదో అందివచ్చిన కూలినాలి చేసుకుంటు చావలేక బతుకు వెళ్ళదీస్తాండ్లు మిగితా వాళ్ళు.

రాజీరు చనిపోయిన తరువాత వెంకట లక్ష్మి వేరే దిక్కులేక అవ్వగారింటికి పోయింది. అక్కడే ఏదో కూలినాలి చేసుకుంటు బతుకుతాంది. సాయిలు పరిస్థితి మరింత అధ్వాన్నమైంది. పిచ్చివాడిలా మారిపోయిండు. కొన్నిరోజులు ఊళ్ళె కనిపిస్తే మరికొన్ని రోజులు ఎటో పోతడు. దానికి తోడు కొడుకు చనిపోయిన తరువాత మరింత కుంగిపోయిండు. యువకులకే పనులు లేకుండా పోతున్న చోట, ముసలి ముతకకు పనులేమి దొరకుతవి. దాంతో సాయిలు గోదావరిఖని పట్టణంలో బస్టాండు దగ్గర బిక్షమెత్తుకొని బతుకుతున్నడు.

ఎప్పుడో, ఒకసారి ఊళ్ళో ఊడి పడేటోడు. పిచ్చివాని లెక్కన ఊరంతా కలియ తిరుగుతడు. ఎవరు ఉండకపోవటం వల్ల ఆయన ఇల్లు ఆలనా పాలనలేక, ఓపెన్‌కాస్టు బ్లాస్టింగ్‌ల వల్ల కూలి పోయి మొండిగోడలలో మిగిలిపోయింది. దాని ముందు కాసేపు తచ్చాడుతడు. మాటపలుకు లేకుండా ఇంటిముందున్న చింతచెట్టు నీడలో గంటల తరబడి కూచుంటడు.

ఒక్క సాయిలు పరిస్థితే కాదు ఊళ్ళో చాలమంది పరిస్థితి ఇలాగే మారిపోయింది. బతుకు తెరువు వెతుక్కుంటూ వెళ్ళినవాళ్ళు వెళ్ళగా, బతకలేక ఆకలికి మలమల మాడి చనిపోయిన వాళ్ళు చనిపోయిండ్లు. ఒకరా ఇద్దరా. ఎంతమంది చనిపోయిండ్లు లెక్కలేదు. అవన్ని ఆకలి చావుల కింద లెక్కకు రాలేదు. ఏవో చిన్న రోగాలతో మంచంపట్టి పుట్టుక్కున చనిపోయేవాళ్ళు. రోగాలు ఏవైనా వాళ్ళను చంపింది ఆకలి రోగమే. ఇవి కాకుండా ఆత్మహత్యలు చేసుకున్న వాళ్ళు ఉన్నారు.

కాపు రాజయ్యకు ఎనిమిది ఎకరాల భూమి ఉండేది. అదంతా ఆయన కష్టపడి సంపాదించుకున్నదే. నల్గురు కొడుకులు. అతని జీవితంలో ఒకని పెట్టినోడే

తప్పు ఒకరి దగ్గర చెయ్యిచాచి బతికిందిలేదు. తన పనేందో తను అన్నట్టుగా బతికిండు. కంపిని ఇచ్చిన పైసలు నల్గురు కొడుకులు పంచుకున్నరు. పైసలు పంచుకున్నప్పుడు తండ్రిని నెలకు ఒకరు వంతులవారిగా సాదుతామని ఒప్పందాలు చేసుకున్నరు. కాని బతుకు తెరువు లేకపోయేసరికి వచ్చిన పైసలు పుట్ట పిత్తుల్లా ఎగిరిపోయినవి. తిండికి కటకట మొదలైంది. ఇక దాంతో వాళ్ళు వాళ్ళ పెండ్లాం పిల్లలను సాదుకోవటమే గగనమయ్యే సరికి తండ్రిని లెక్క చెయ్యని పరిస్థితి ఏర్పడింది.

ఈ బాధలు ఎందుకనుకున్నాడో ఏమో కాని ఒక రోజు రాత్రి కాపు రాజయ్య నడింట్లా ఉరేసుకొని తనువు చాలించిండు. కంపిని నిర్వాసితులకు ఇస్తామన్న ఉద్యోగాలు ఇవ్వలేదు. ఇప్పుడు అప్పుడు అంటూ కాలయాపన చేస్తూపోయింది. ఏండ్లు గడిచేసరికి ఉద్యోగాల కోసం ఎదురుచూసేవాళ్ళ ఆశలు నీరుకారి పోసాగింది. ఊరు చుట్టు గుట్టల్లా మట్టికుప్పలు లేచినవి. ఊళ్ళోకి పోయే దారులు మూసకపోయినవి. నీళ్ళకు కటకట ఏర్పడింది. చస్తామంటే జీవగంజి పోసేందుకైనా చుక్కనీరు దొరకని పరిస్థితి ఏర్పడింది.

పులిమీద పుట్రలాగా కంపిని తాను ఆక్రమించిన భూముల చుట్టు కందకం తవ్వింది. కందకం ఎందుకు తవ్విందో మొదట ఎవరికి అర్థం కాలేదు. తీరా అర్థం అయ్యేసరికి చేసేదేమిలేని పరిస్థితి ఏర్పడింది. కంపిని ఓపెన్‌కాస్టు కింద భూములు తీసుకున్న తరువాత వ్యవసాయం లేకుంటాపోయింది. అయితేనేమి, కొంతమంది బర్లను సాదుకుంటూ పొద్దన్నే చుట్టు పక్కల ఊళ్ళకు పోయి పాలు అమ్ముకునేటోళ్ళు. ఊరి పశువులు కంపిని స్థలంలోకి వచ్చి మేతలు మేస్తున్నాయని, ఊరి పశువులు కంపినిఏరియాలో రాకుండా చూడటం కోసం ఖాళీగా ఉన్న దిక్కున కంపిని రెండు గజాల లోతున కందకం తవ్వించింది. దాంతో పశువులు మేతకోసం ఎటుపోలేని పరిస్థితి ఏర్పడింది. ఫలితంగా పశువులు మేత కరువైంది. తిండి లేక మలమల మాడే పశువుల బాధలు చూడలేక రైతులు వాటిని అంగల్లకు తోలుక పోయి అర్ధకి పావుషేరుగా అమ్ముకున్నారు.

భూదేవి తనకండ్ల ముందే జరిగిపోతున్న విధ్వంసం చూసి తల్లడిల్లింది. 'మముల్ని బతకనియ్యక పోతే పోయింది. చివరికి కంపిని పశువులను కూడా

బతకనియ్యక పాయే' అంటూ వాపోయింది. 'మేం ఏ జన్మల చేసుకున్న పాపం, ఈ జన్మలో అనుభవిస్తున్నాం' అనుకొని కన్పించని దేవున్ని తిట్టుకున్నది.

క్రమంగా ఊరిలో చూద్దమంటే ఒక పశువు కూడా కనిపించకుండాపోయింది. ఒకప్పుడు గ్రామం ఎట్లా ఉండే. మేతకు పోయే పశువులతోని, సాయంత్రమైతే మేతనుండి తిర్గి వచ్చే పశువుల మందలతో రోడ్లు దుమ్ము కొట్టుకపోయేది. వీధుల్లో చిందర వందరైన పశువుల పేడలు. పొద్దున్నె చిక్కటి పశువుల పేడలో కలిపిన కల్లాపిలతో అదోవిధమైన అందంతో మెరిసేవి. ఇప్పుడు పశువులు లేవు. ఆ పాడిలేదు. ఆ సందడి లేదు. ఊరు కళ తప్పింది.

ఒక రోజు బుడిగ జంగాల మల్లయ్య వేశం కట్టుకుని పొరుగుళ్ళో అడుక్కోను పోతుంటే భూదేవి ఎదురయ్యింది.

సాయిలు పిచ్చోడైపోయిన తరువాత మల్లయ్యకు మనసు విప్పి మాట్లాడే వాళ్ళే కరువైండ్లు. భూదేవిని చూసి మల్లయ్య ప్రాణం లేచచ్చి క్షణకాలం నిలబడి పోయిండు.

"అక్కా, ఎన్నో ఊళ్ళు తిరుగుతాన కాని ఏ ఊళ్ళో మన ఊరికి పట్టినటువంటి గతిపట్టలేదు. ఏందో, బొగ్గు బాయిలు వస్తే ఈ ఊరు బాగుపడ్తదని చెప్పినోళ్ళు ఎవరు కనిపిస్తలేరు. కాని బొగ్గు బాయిలు వచ్చి ఊరేమి బాగుపడ్డది. బాగుపడుడంటే ఇట్లా తిండికి నకనకలాడి సచ్చుడా" అంటూ విచారపడ్డడు.

"బాగా, ఎక్కడి బాగు. రోజుకింత రోజుకింత మనుషులను చంపుకొని తినుడు బాగుపడ్డట్టు. మా రాజేశం ఊరిడిచిపోయే. వాడు ఏంచేస్తాండో ఎట్లా బతుకుతాండో తెలువకపాయే. ఎంత ఆపాచ్చున పడ్తెందీ. ఆడదాని సంపాదన అంతంత మాత్రమే నాయే, పొద్దున చీకటితోని పోతాంది. మళ్ళీ పొద్దు గూకినంక వస్తాంది. అంతచేస్తె కాంట్రాక్టరు ఇచ్చేది అరువై రుపాయలు. దానితో ముగ్గురి ప్రాణం ఎట్లా నిలబడాలి". అంటూ కండ్లల నీరు తీసుకున్నది.

"చిన్నోని సంగతేమన్నా తెలిసిందా" మల్లయ్య అడిగిండు.

"వాడు ఉన్న లేనట్లాయే ఏదో పెండ్లి చేస్తె దారిలో పడ్తాడనుకుంటే దారిల కాదు కదా మరింత చెడిపాయే. పిల్లదాని బతుకు ఆగం చేసినట్టాయే".

"అట్లనకు అక్కా. మీ చిన్నోడు బాగా తెలివి కల్లోడు, ఆలోచనపరుడు. పిల్లగాండ్లు ఎంత చెప్పినా ఊరోళ్ళ మనసుకు ఎక్కక పాయే. పిల్లగాండ్లు ముందు ముందు ఇట్లా జరుగతదనే భూములు ఇవ్వవద్దని లొల్లి పెట్టిరి. వాళ్ళ మాట విని ఊరోళ్ళందరు ఒక కత్తు మీదుంటే ఇప్పుడు ఈ పరిస్థితి వచ్చేదా".

"ఎవలు విన్నరు. ఒక్కల సంగతి ఎందుకు, మా పెద్దోడె చిన్నోని మాట వినకపాయే".

"అయినా అక్క, నాకు తెల్వక అడుగుతా. ఒక మనిషి ఏదన్నా తప్పుచేసి జైలుకు పోతే ఆ జైల్ల మనిషికి యాల్లకు ఇంత తిండి పెడ్తరు. పండుకోను ఇంత జాగ ఉంటది. కరెంటు ఉంటది. ఇంకా పంకాలుంటయి. కాని ఏ నేరం చెయ్యని మనకెందుకు ఈ శిక్ష. ఊళ్ళెకు వస్తామంటే దారిలేదు. తాగుతామంటే నీళ్ళు లేవు. చేద్దామంటే పనులు లేవు. ఒకర్ని కాదు ఇద్దర్ని కాదు. ఏండ్లకు ఏండ్లుగా బతుకుతున్న ఊరును ఇట్లా మాడ్చి మాడ్చి చంపుడు ఏం న్యాయం" అన్నాడు. ఆయన మొఖంలో చెప్పలేని విషాదం చోటుచేసుకున్నది.

మల్లయ్య చెప్పిన మాటలు నిజమే అన్పించింది. 'ఏం పాపం చేయకుండా ఏ నేరం చేయ్యకుండా ఊరు ఊరంతా ఇట్లా మాడ్చి మాడ్చి చంపుడు న్యాయమెట్లా అవుతుంది' అనుకుంది.

"మనం ఏం చెయ్యగలం. అన్యాయం వరద లెక్క వచ్చి మన అందర్ని ముంచేసింది. ఇప్పుడిక మనం చెయ్యగలిగింది ఆ వరదలో మునిగి కొట్టుకపోవటమే. అంతకుమించి దారికన్పిస్తలేదు" అంది.

"అట్లనకు అక్కా, మనం తలవంచుకునేంత సేపు వాళ్ళు తలలు నరుక్కుంటానే పోతరు. ఎక్కడో కాడ ఎదురు తిరగకుంటే ఈ అన్యాయం ఆగదు" అంటా కాస్త ముందుకు వచ్చి భూదేవి చెవిలో గుసగుసలాడుతున్నట్టుగా "మొన్న తాడిచర్ల ఊరికి పోయిన అక్కడ గిట్లనే బొగ్గుబాయిలు వస్తయంట కదా! అక్కడ గిట్లనే మాయమాటలు చెపుతు కంపినోడు, పోలీసులు మీటింగ్‌లు పెట్టిండ్లట. వాళ్ళ మాటలు వింటే వాళ్ళగతి మన ఊరి లెక్కనే అయితదని మన పోరగాండ్లు మీటింగ్ పెట్టిండ్లు. ఆ మీటింగుల మల్లేశం మాట్లాడిండు".

మల్లేశం పేరు వినేసరికి భూదేవి గుండె వేగం హెచ్చింది. "ఏదో పని చేసుకుంటానని చెప్పి వాడు చేస్తున్న వ్యవహారం ఇదా అంది" అప్రయత్నంగానే.

"అక్క నువ్వు ఎన్నైన చెప్పు. పిల్లగాండ్లు చేస్తున్నదే కరక్టు అన్పిస్తాంది. ఆ రోజు మల్లేశం మాటలు వింటే ఎంత ఎదిగిపోయిండంటే నువ్వు నమ్మవుకాని వాని మాటలు విన్నంక ఊరోళ్ళందరు మా ప్రాణాలుపోయినా సరే భూములు వదిలిలేదంటూ పెద్ద ఎత్తున వినాదాలు చేసిండ్లు".

లొల్లి మాటలు వినేసరికి భూదేవికా కాళ్ళు చేతులు చప్పబడ్డయి. మళ్ళీ ఎటు తిర్గి ఏమైతదోనన్న బెంగ వెన్నంటిది. నిస్సత్తువ ఆవరించగా తల్లి మనసు తల్లడిల్లింది.

మల్లయ్య కండ్లలో ఆనాటి మీటింగ్ తాలుకు స్మృతులు ముప్పిరి గొనగా ఉత్సాహంగా చెప్పుకుంటూ పోతనే ఉన్నాడు.

"మన కాలం అయిపోయింది. మనంగిట్లనే మాడి మాడి ఆకలికో లేకుంటే ఈ బాధల పడలేకనో మనకు మనమే సచ్చిపోతం. కాని మన పిల్లగాండ్లు అట్లా లేరు. ఈ అన్యాయాన్ని సహించటానికి సిద్ధంగాలేరు. ఇయ్యాల వాళ్ళు పిరికెడంత మందే కావచ్చు కాని, ఎప్పటికో ఒకప్పుడు వాళ్ళు చెప్పిందే నిజం అనే రోజొకటి వస్తది. జనం తెలివి తెచ్చుకుంటరు. ఆరోజు వాళ్ళు ఇవ్వాళ రాజేసిన నిప్పె రేపు పెద్ద మంట్టైతది మారుతుంది. మన బతుకుల్ని నాశనం చేసి సొమ్ము చేసుకుంటున్న దొంగ లంజ కొడుకులందరు ఆ మంటలోలో మాడి మషైపోతరు".

మల్లయ్యలో ఆవేశం కమ్ముకోగా, కోపమో నిస్సహాయతో తెలియని స్థితిలో మాట్లాడుతున్నడు.

ఆ మాటలేని భూదేవికి ఎక్కటంలేదు. ఆమె మనసంత చిన్నకొడుకు మల్లేశం చుట్టు ముసురుకొని 'వానికేమన్నా అయితే ఎట్లా' అని తల్లి మనసు తల్లడిల్లసాగింది.

'ఏమైతది ఏదైతే అది అవుతుంది. ఎవన్ని మాత్రం బతకినిస్తాండ్లు. చావు తప్పనప్పుడు ఊరుపేరులేని చావెందుకు. వాడెట్లాగు చెప్పితే వినడు. వాని కర్మ ఎట్లా రాసిపెట్టి ఉంటే అట్లవుతుంది. అయినా వాడు చేసేదాన్లో తప్పేముంది. భయం భయంగా మనిషి ఎన్నిరోజులు బతకాలి. పిరికోడు రోజు చస్తడు. ధైర్యమున్నోడు

ఒక్కసారే సచ్చేది. అయినా చావు గురించి నేనెందుకు ఆలోచించాలి. వాని ప్రయత్నమంతా అందరు బతకాలనె కదా! ఎవరో ఒకరు ఎక్కడో ఒకదగ్గర మొదలెకాకపోతే ఆ చావులకు అంతం ఉంటుందా. కాని ఎట్లయితే అట్లా అవుతుంది. వానికర్మ ఎట్లా ఉంటే అట్లే అయితది'. అనుకున్నది భూదేవి.

భూదేవి మనసులో ఆలోచనల సుళ్ళు తిరుగుతున్నయి. ఆ ఆలోచనల్లో పడిపోయి మల్లయ్య ఎప్పుడు సెలవు తీసుకొని పోయింది ఆమె గమనించనేలేదు.

"నీయవ్వ ఎక్కడున్నవే ఆకలైతాంది. అన్నం పెడ్తావంటె ఎక్కడ కన్పించివైతవి. ఇంటికి పా, ఆకలైతాంది". మనవడు శ్రీను వచ్చి అరిచేదాక భూదేవి సోయిలోకి రాలేదు.

"అవుబిడ్డ మీ ఆకలి తీర్చటం కోసమెరా మీ చిన్నాన లొల్లి మొదలు పెట్టింది". అంది.

ఆ మాటలు ఏవి అర్థంకాక విచిత్రంగా చూస్తున్న మనుమన్ని గుండెలకు హత్తుకొంది. ఆమె గుడ్లనిండా నీళ్ళు.

* * *

14

హన్మంతుని గుడి ముందు వేపచెట్టు నీడలో పిల్లలంతా ఆటలకు దిగిండ్లు. పిల్లలందరు కలిసి బొత్తోన్ని ఆటపట్టిస్తాండు. వాడు కనిపించండింటే పిల్లలకు పండుగే. వాని అమాయకత్వాన్ని ఆసరాగా తీసుకొని వానితో గిలిగజ్జాలు పెట్టుకుంటరు. అయినా వాడు అదేమి పట్టించుకోకుండా పిల్లలతో ఆటలోకి దిగేవాడు.

"ఒరేయ్ నువ్వు హన్మంతునివిరా. రామలక్ష్మణలను బుజాల మీద మోసినట్టు మమ్మల్ని ఎత్తుకోరా" అంటూ వాన్ని బుదరగిచ్చిండు రాజు.

రాజుకు ఏడు ఎనిమిది సంవత్సరాలుంటాయి కావచ్చు కాని అందరిలో వానికే ఉషారు పాలు ఎక్కువ. ఆ జట్టుకు వాడే నాయకుడు. వాడు చెప్పిందే వినాలి.

అక్కడ దాదాపు ఐదారుగురు పిల్లలున్నారు. ఊరిలో బడి బందు అయిపోయిన తరువాత వాళ్ళకు బడికి పోయే బాధతప్పింది. ఇక వాళ్ళ ఆట పాటలకు ఏ అడ్డు అదుపు లేకుండా పోయింది. ఇంట్లో పెద్దలు కూడా పిల్లల గురించి పట్టించుకోవటం లేదు. వాళ్ళ బాధల్లో వాళ్ళు ఉన్నరు.

రాజు మాటలకు బొత్తోడు మెత్తబడేసరికి ఒక భుజం మీద రాజు ఎక్కిండు. మరో భుజం మీద శ్రీను ఎక్కి కూచున్నడు. బొత్తోడు నిజంగానే హన్మంతుని లెక్క వాళ్ళిద్దర్ని భుజాలమీద ఎక్కించుకొని పరుగుబెట్టిండు. ఆ పరుగుకు ఎక్కడపడి పోతామోనని పైకెక్కిన ఇద్దరు వాని తలను గట్టిగా పట్టుకున్నరు. ఆ పట్టుకోవటంలో

ఒకడు వాని కండ్లను కమ్మేసేసరికి వాని కాలుకు ఏదో తగిలి బొక్క బోర్ల పడ్డడు. వానితో పాటు వాని మీద ఎక్కి కూచున్న రాజు, శీను కూడా పడిపోయిండ్లు.

కింద పడ్డ రాజు, శీను తమకు తాకిన దెబ్బలు మరిచిపోయిండ్లు. పాష, కోటి అనే మరో ఇద్దరు పిల్లగాండ్లు వచ్చి బొత్తోన్ని లేపి కూచుండబెట్టిండ్లు. ఒక్కసారిగా విరుచకపడే సరికి బొత్తోని మోకాలు చిప్పకు పోట్రాయితాకి చీరుకపోయింది. అందులోనుండి రక్తం రావటం, అదిచూసి బోత్తోడు గట్టిగా ఏడ్వటంతో రాజు, శ్రీను తమకు తగిలిన దెబ్బల సంగతే మరిచిపోయి వాన్ని ఓదార్చటం మొదలు పెట్టిండ్లు.

“అరే గీ మాత్రనికే అంత ఏడుస్తానవు. నాకు చూడు ఇదివరకోసారి దెబ్బతాకి ఎంత బర్రయిందో” అంటూ రాజు తన మోచేతిని ఎత్తి బొత్తోనికి చూయించిండు. వాడు ఒక్క క్షణం బిత్తర చూపులు చూసి ఏడ్పు ఆపిండు.

“అరేయ్ దెబ్బమీద మట్టిపొయ్యిరా దెబ్బకు తగ్గిపోతది”. అన్నాడు కోటి.

పాషా రెండు చేతులలో సన్నటి మట్టిని తూర్పార బట్టి అరచేతిలో తీసుకొని బొత్తోనికి దెబ్బతాకిన మోకాలు చిప్ప మీద అదిమిండు. దాంతో వానికి మంటెక్కి మరోసారి ఏడ్వసాగిండు.

“ఏం కాదురా తగ్గిపోద్ది అని శ్రీను వాన్ని ఊకుంచటానికి ప్రయత్నించిండు. కాని బొత్తోడు ఏడ్పు ఆపటంలేదు. అందరికందరు పోయి హన్మంతుని గుడి ముందున్న బండల మీద కూసున్నరు. కాసేపు అలా కూచున్నారో లేదో రాజుకు ఏదో ఆలోచన స్ఫురించి “అరేయ్ నాతో రాండ్లిరా నీకు పిట్టగూడు చూయిస్తా” అంటూ తుర్రునలేచి ఆ పక్కనే ఉన్న దొరగడికేసి నడిచిండ్లు.

ఒకప్పుడు ఊరిలో దొరతనంతో కళకళలాడిన గడి ఇప్పుడు ఆలనా పాలన లేకుండా పోయింది. రాఘవరావు తాతలనాడు నిజాం కాలంలో మట్టితో కట్టిన మిద్దే అది, ముందు ఎత్తయిన మట్టిగోడ, దాని మీద గూనపింకులతో కప్పారు. కాని ఇప్పుడు ఆలనా పాలన లేకపోయేసరికి గోడమీద చాలాపెంకులు రాలిపోయినయి. కొన్ని చోట్ల గోడలు నెర్రలు బాసి పగుల్లు పట్టింది. ఆ పగుల్లలో ఏవో పిచ్చిమొక్కలు మొలిచినవి.

ఆ గడిలో నిన్న మొన్నటి వరకు రాఘవరావు దొర ఉండేటోడు. ఓపెన్‌కాస్టుగని కింద భూములు ఇచ్చిన తరువాత రాఘవరావు మకాం గోదావరిఖనికి మార్చిండు.

కొన్ని రోజులు దొర దగ్గర పాలేరుగా పనిచేసినతను ఉన్నా, ఇప్పుడిక భూములు లేక పాలేరుతనం లేక అందరిలాగే అతను బతకపోయిండు. అంత పెద్ద ఇంటిలో ఇప్పుడు ఎవరు ఉండటంలేదు.

రాజు పెద్ద దర్వాజ దాటి చిత్రశాల భవంతిలోకి అడుగు పెట్టిండు. చుట్టు గదులు, చిన్నచిన్న కిటికీలు మధ్యలో చతురస్రాకారంలో తవ్వినగుంట షాబాద్ రాళ్ళతో చేసి ఉంది.

రాజు ఒక గదిలో దూరి సూరులోకి చూస్తూ తన మిత్ర బృందానికి "ఇక్కడేరా" అంటూ చెయ్యెత్తి చూయిండు.

"అదిగో అక్కడే ఆ మూల గడ్డిపోసలు ఎండిన ఆకులున్నయి చూడు అక్కడ". పిల్లలందరు అటువైపు చూసిండ్లు. నిజంగానే ఆ సూరు సందుల ఓ పక్షి గూడుకట్టుకున్నది.

"అందులో పిల్లలు కూడా ఉన్నాయిరా"

"పిల్లలా" పాషా నోరెల్ల బెట్టిండు.

"ఏదీ చూద్దాంరా" అన్నాడు బొత్తోడు తన బాధ మరిచిపోయి.

"అయితే నన్ను ఎత్తుకో నీకు పక్షి పిల్లను చూయిస్తా" అన్నాడు రాజు.

పిల్లలందరు రాజును పైకి లేపిండ్లు. కాని వానికి సూరు అందటం లేదు. ఇక ఇట్లయితే లాభం లేదనుకొని అందరు కలిసి బొత్తోన్ని వంగబెట్టిండు. వాని మీద రాజు నిలుచున్నడు.

మెల్లగా పక్షిగూటిలోకి చెయ్యిపెట్టి పిట్ట గూడును పైకి తీసిండు. ఈ హడావిడిలో గూటిలోని పక్షి గుడ్డు ఒకటి నేలరాలి పగిలిపోయింది.

"అయ్యో, పగిలిపోయిందిరా" బొత్తోడు విచారంగా మొఖం పెట్టిండు. మిగితా పిల్లలుకూడా పక్షిగుడ్డు పగిలి పోయినందుకు విచారపడ్డరు.

"ఇంకోటి ఉంది కదా! ఏంకాదులే అని రాజు సర్ది చెప్పిండు కాని వానికి బాధగానే ఉంది.

"అసలు బయటికి తీయాల్సింది కాకుండేరా"

"అవును నిజమే" అన్నాడు కోటి

"అయ్యో పాపంరా పిట్ట వచ్చి ఏడుస్తుంది కావచ్చు" బొత్తోడు బీతిల్లిండు.

రాజు తను చేసిన పనికి బాధపడుతూ "నేను మంచిగానే పట్టుకున్నారా. అదే జారిపోయింది". అన్నాడు బేలగా.

రాజు చేతిలోని మిగిలిపోయిన పిట్టగుడ్డును అందరు చేతితో తాకిండ్లు. శీను ఆ గుడ్డును చేతిలోకి తీసుకుంటే "అరేయ్ పట్టుకోకురా అది కూడా పగిలిపోతుంది". అంటూ రాజు వారించిండు.

కాసేపు పిల్లలంతా ఆ పక్షి గుడ్డుకేసి సంబరంగా చూసి మళ్ళీ దాన్ని ఉన్నకాడనే ఉంచాలని నిర్ణయించుకున్నరు.

మళ్ళీ ఎప్పటిలాగే బొత్తోడు వంగితే రాజువాని మీద ఎక్కి పిట్టగూటిని పట్టుకొని దాన్ని ఉన్నకాడనే ఉంచిండు.

"అయ్యో పాపం గుడ్డు పగిలిపోయినందుకు పిట్టవచ్చి ఏడుస్తుంది కావచ్చారా". అన్నాడు బొత్తోడు మళ్ళీ.

"ఇంకో గుడ్డు ఉందిగా ఏం ఏడ్వదులే" రాజు సర్ది చెప్పిండ్లు. వాళ్ళు అక్కడి నుంచి బయిటికి వచ్చిండ్లు.

దూరంగా మట్టికుప్పల మీద తిరగాడే డింపర్లకేసి చూస్తూ "అరెయ్ అవి ఎంతో చిన్నగా కన్పిస్తున్నయి కదా. కాని అవి అంత చిన్నగా ఉండవురా ఒకొక్కటి ఇదిగో ఈ చెట్టంత ఉంటాయ్" అంటూ మట్టి కుప్పల మీద చిన్నగా కదలాడుతున్న డింపర్ల కేసి చూయిస్తు అన్నాడు రాజు.

"అమ్మో, అంతపెద్దగా ఉంటాయా" కోటి నోరెల్ల బెట్టిండు.

"దాని ఒక్కొక్క టైర్ ఈ ఇల్లంత ఉంటయి".

"అంతపెద్ద టైర్లే"

"అవును, నేను చూసాను మా మామ అక్కడే పనిచేస్తడు. ఒకసారి మామతో పోయినప్పుడు చూసిన" రాజు కండ్లు గర్వంగా మిరు మిట్లగొలిపినయి.

"అరెయ్ అట్లా మట్టిగుట్ట ఎక్కినప్పుడు అవి పడిపోవా" అన్నాడు పాషా.

దానికి ఏం సమాధానం చెప్పాలో అర్థంకాక ఒక్కక్షణం బిత్తర చూపులు చూసిన రాజు ఎక్కడ పెద్దరికం పోతుందోనన్నట్టు "పడిపోవు దానిటైర్లు పెద్దగా ఉంటయి కదా! అవి మట్టిని గట్టిగా పట్టుకుంటయి" అన్నాడు.

"ఓ అట్లనా" బొత్తోడు నోరెల్ల బెట్టి మట్టిగుట్ట మీదున్న డంపర్‌కేసి చూస్తుండిపోయిండు.

మట్టికుప్ప మీద లోడుతో వచ్చిన డంపర్ మట్టిని డంపు చేసింది. ఒక్కసారిగా దుమ్ము రేగింది. అటు తరువాత డంపర్ మాయం అయ్యింది. అలాగే కాసేపు చూస్తుండిపోయారు.

బొత్తోడు లేచి "నేను ఇంటికి పోతారా నాకు ఆకలి అవుతుంది". అన్నాడు.

"వీడికి ఎప్పుడు ఆకలే" పాషా ఎద్దేవ చేసిండు.

అదేమి పట్టించుకోకుండా బొత్తోడు ఇంటికి పోవటానికి లేచిండు.

"ఎవరైనా నాతోని రావచ్చు" అన్నాడు రాజు.

"ఎక్కడికిరా"

"జారుడుబండకు"

"జారుడుబండా"

"అవును"

"ఎక్కడ"

"వస్తే చూయిస్తా"

"పద నేను వస్తా" శ్రీను

"నేను వస్తా" కోటి పాషా కూడా తూడించే సరికి బొత్తోనికి కూడా జారుడు బండకు పోదాం అన్పించింది. "నేను వస్తారా" అన్నాడు ఆకలి మరిచిపోయి.

బలోమని పిల్లలు బయలు దేరిండ్లు. వాళ్ళకు ముందు నడుస్తూ రాజు ఈ ఊరిలో నాకు తెలువని జారుడుబండ వీడెక్కడ చూసిండు అని శ్రీను ఆలోచన చేస్తున్నడు.

"ఎక్కడుందిరా అన్నాడు కుతహాలాన్ని ఆపుకోలేక"

రాజు శ్రీనువైపు గర్వంగా చూసి "చూపెడ్తానన్నాను కదా" అన్నాడు బింకంగా.

"ఎక్కడో చెప్పరా" అన్నాడు కోటి

“ఇంకా ఎంత దూరం పోవాలి. నాకు కాళ్ళు నొప్పులు పెడ్తున్నాయి” బొత్తోడు అడ్డందిడ్డంగా మైదానంలో నడవలేక అవస్థ పడ్డడు.

“అదిగో అక్కడ” అన్నాడు రాజు దూరంగా చెయ్యి ఎత్తి చూయిస్తు. అందరు అటువైపు చూసింద్లు కాని వాళ్ళకు అక్కడ ఏం కన్పించలేదు.

“ఏముందిరా అక్కడ”

“జారుడుబండేది”

“జారుడు బండకాదు అక్కడ బంకరుందా”!

“అవును లెవన్ ఏ బంకరుంది”

“అదేనా జారుడుబండ”

“అది కాదు రా దాని పక్క”

“దానిపక్క ఏముందిరా”

“జారుడుబండ అక్కడే ఉంది”

“నువ్వు అబద్దం చేప్తానవు నాకు ఎరుకే అక్కడ ఏ జారుడు బండలేదు”. శ్రీను కోపానికి వచ్చిండు.

“బండంటే బండకాదు” రాజు

“ఏంటిది మముల్ని ఇంతదూరం నడిపించింది దండుగేనా”

“అరేయ్ వీని మాటలు ఉట్టియేరా” హేళనగా అన్నాడు కోటి

“లేదురా నిజమేరా” అన్నాడు నమ్మకంగా రాజు.

“ఏంటిది”

“అదిగో అక్కడ బంకర్ దగ్గర తెల్లగా మెరుస్తుంది చూడు అది” అన్నాడు అటువైపు వేలెత్తి చూయిస్తు రాజు.

“ఏంటిది”

“ఇసుక”

“ఇసుకా, ఎందుకు”

“బాయిలోకి”

"బాయిలోకి ఎందుకు"

"ఎందుకో నాకేమి ఎరుక కాని, ఆ ఇసుకలో జారుడుబండ ఆడుకోవచ్చు".

"అక్కడ ఎవలు వాచ్‌మెన్ ఉండరా!" అన్నాడు భయం భయంగా పాషా

"ఎవరుండరు"

"అయితే పదా" అంటూ అందరికి అందరు ముందుకు సాగారు.

కుప్పలు పోసిన ఇసుకను చూసేసరికి పిల్లలు నడిచివచ్చిన అలసట మరిచిపోయిండ్లు.

అందరికంటే ముందు గబగబ ముందుకు ఉరికి రాజు ఒకసారిగా ఎగిరి ఇసుకలోకి దుంకిండు. మిగితావాళ్ళు రాజును అనుసరించిండ్లు.

అప్పటికింకా వేడెక్కని మెత్తటి ఇసుక వారికి మెత్తటి పూలపాన్పులా అన్పించింది. అందులో ఎగురుతున్నరు. దుముకుతున్నరు. జర్రున జారి ఒకరి మీద ఒకరు కలియపడుతున్నరు. మెత్తటి ఇసుకలో వాళ్ళ ఆనందానికి అవధులులేవు.

అక్కడ భారీ ఎత్తున ఇసుక పోగుబడి ఉంది. అది బొగ్గుబావుల్లో ఖాళీ అయిన ప్లేసులో ఇసుక నింపేందుకు ఉద్దేశించింది.

బొగ్గు బాయిలో ఇసుకనింపే క్రమంలో కాంట్రాక్టర్లతో కుమ్మక్కు అయిన బావి అధికారులు ఇసుక నింపకుండా వదిలేయటం వల్ల సెవన్ ఎల్ఇపి బావిలో జలప్రమాదం జరిగి పదిహేడు మంది కార్మికులు చనిపోయారు. ఆ ప్రమాద సందర్భంగా కార్మికులు పెద్ద ఎత్తున ఆందోళన చేసారు. కోర్టు ఆఫ్ ఎంక్వైరీ కూడా జరిగింది. కాని ఎంక్వైరీ బయటికి రాలేదు. దోషులూ శిక్షింపబడలేదు. అయితేనేమి, బొగ్గు బావుల్లో ఇసుక నింపే క్రమంలో అవినీతి మాత్రం మునపటిలా లేదు. కొంత స్ట్రిక్ట్ అయ్యింది.

ఇసుక బంకరు మీద పనిచేస్తున్న మజ్దూర్ కార్మికుడొకడు రోజుల తరబడి ఒకే విధమైన పనితో విసుగెత్తి పోయిండు.

గతంలో అతను బొగ్గు బాయిలో పిల్లర్‌గా పనిచేసేవాడు. బావిలో ప్రమాదం జరిగి బొగ్గుతట్ట మీదేసుకొని పడటంతో నడుంకు దెబ్బ తగిలి ఆరునెలలు మంచానపడి కోలుకున్నా మునపటిలా బరువు పని చేయలేకపోయిండు. ఆ రోజులు బంగారు

రోజులు కాబట్టి కంపిని దయతలిచి సర్వేస్‌లో మజ్దూర్ పనులు ఇచ్చింది. ఇప్పుడైతే అన్‌ఫిట్ చేసి ఇంటికి పంపే వాళ్ళు. అయితేనేమి, ఫిఫ్త్ క్యాటగిరి నుండి ఫస్టు క్యాటగిరికి మార్చింది. అట్లయితేనే పనులు. చెయ్యిలేకుంటే అన్‌ఫిట్ కమ్మంది. చేసేది లేక జనరల్ మజ్దూర్‌గా ఇసుక బంకరు మీద పనిచేయసాగిండు.

అండర్‌గ్రౌండ్‌లో ఇసుక అవసరమైనప్పుడు సిగ్నలింగ్ వైర్ల ఆధారంగా మోగే బెల్‌ని బట్టి అతను బంకరును నడిపించటం ఆపటం చెయాల్సి ఉంటుంది. గంటకు రెండు గంటలకోసారి అండర్‌గ్రౌండ్ నుండి సిగ్నల్స్ వస్తాయి. అప్పుడిక స్విచ్ ఆన్‌చేయటం ద్వారా బంకరులోని పెద్ద గరాట తెరుచుకోగా ఇసుక పెద్దఎత్తున లోపలికి జర్రున జారుకుంటుంది. మళ్ళీ సిగ్నల్ వచ్చేంత వరకు బంకరును ఆన్‌లోనే ఉంచటం అక్కడ ఇసుక నిండుకున్న తరువాత అండర్‌గ్రౌండ్ నుండి వచ్చే సిగ్నల్ ఆధారంగా బంకరును బందుచేయటం అతని రోజువారి పని.

ఆ రోజు పొద్దున్నే బంకరు ఆన్ చేసి ఒక దఫా ఇసుక జారివిడిచి, రెండో దఫా సిగ్నల్ కోసం ఎదురుచూస్తున్నడు. విసుగు పుట్టె పనిలో బంకరు కాడ కూచున్న మజ్దూర్ కునికి పాట్లు పడుతుంటె సిగ్నల్‌గంట మోగింది.

యాధాలాపంగా మజ్దూర్ బంకర్‌కు నడిపంచటం కోసం స్విచ్ అన్ చేసిండు. ఒక్కసారిగా పెద్ద ఎత్తున పోగయిన ఇసుక బంకర్‌లోని కూరకపోయింది.

అది గమనించని బొత్తోడు ఇసుక కుప్ప మీదికంటూ ఎక్కి ముందు జారే ప్రయత్నంలో ఉండగానే బంకర్ ఆన్ కావటం ఇసుకతో పాటే బొత్తోడు చూస్తుండగానే బంకర్ కూరకపోవటం అంతా క్షణాల్లో జరిగిపోయింది.

అదిచూసి పిల్లలు పెద్దపెట్టున భయంతో ఏడ్పులంకించుకొని "బొత్తోడు బంకర్‌లో కూరక పోయిండు." అంటూ పెద్ద అరిచి ఏడ్వసాగిండు.

అంతవరదాక బంకర్‌పైన తన పనిలో తాను మునిగిపోయిన మజ్దూర్ కార్మికుడు పిల్లల అర్పులు ఏడ్పులు విని బంకర్ మీదికంటు ఉన్న జాలికాడికి వచ్చి చూసిండు. భయంతో పిల్ల అరుపులు ఏడ్పులు విని ఒక్కసారి గుండె గుబేలుమంది.

"ఏమైంది" అంటూ పెద్దగా అరిచిండు.

"బొత్తోడు బంకర్ ఇసుకలో కూరుకపోయిండు". రాజు ఏడుస్తునే అన్నడు.

మజ్దూర్ కార్మికుని కాళ్ళు చేతులు ఆడలేదు. ఏం చేయ్యాలో అర్థంకాలేదు. స్విచ్ ఆఫ్ చేసి లెవన్ ఏ బాయి ఆఫీసు కేసి పరుగు పెట్టిండు.

పిల్లల ఏడ్పులు అర్పులకు ఊరోళ్ళు ఉరికి వచ్చిండ్లు.

"పట్టండి... తియ్యండి".

"ఏడివాడు... ఎటుపోయిండు".

"పిల్లలు ఉన్నది లేనిది చూసుకోవద్దు".

"లంజొాడుకును తన్నాలే జనం అరుపులు పెడబొబ్బలు.

బంకరులో కూరకపోయిన బొత్తోన్ని పైకి తీసే ప్రయత్నం ఒక వైపు జనం చేస్తుండగానే కంపిని అధికారులు వచ్చిండ్లు. వాళ్ళతో పాటే పోలీసులు వచ్చిండ్లు.

"ఎట్లయిందీ" అంటూ ఊరోళ్ళు పిల్లలను గుచ్చిగుచ్చి అడగుతున్నారు.

"వాళ్ళు జరిగింది చెప్పసాగిండ్లు.

ఊరోళ్ళ కోపావేశాలు అధికారుల మీద దాడులుగా పరిణామం చెందకుండా పోలీసులు జనాలను కంట్రోల్ చేస్తాండ్లు.

కూలి పనికిపోయిన మల్లవ్వకు ఎవరో ఈ సంగతి చెప్పిండ్లు. ఆమె మొత్తుకుంటూ రొప్పుతా కొట్టుకుంటూ పరుగున వచ్చింది. ఆలోపు జరుగాల్సిదంతా జరిగిపోయింది.

అప్పటికే జనం ఇసుక బంకర్‌లో నుండి బొత్తోన్నిపైకి తీసిండు. ఇసుకలో ఊపిరి ఆడక బొత్తోడు ఎప్పుడో ప్రాణం విడిచిండు. కాని చనిపోయినట్టు లేడు. పిల్లవాడు నిదుర పోతున్నట్లుగా నిర్జీవంగా పడి ఉన్నడు.

మల్లవ్వ పిల్లగాని మీద పడి హృదయ విదారకంగా ఏడ్వసాగింది. అది చూసి అందరి కళ్ళల్ల నీళ్ళు తిరిగినయ్.

* * *

15

బొత్తోని మరణం తరువాత ఊరిలో విషాదం నెలకొన్నది. బొత్తోని మరణానికి కంపిని నష్టపరిహారం చెల్లించాలని గ్రామస్తులు ఆందోళన జరిపారు. జీ.యం ఆఫీసుకాడికి ఊరేగింపు తీసారు. పోలీసులు వచ్చి ఆందోళనకారులను చెదరగొట్టారు.

“కంపిని నిషేధించిన స్థలాల్లోకి రావటమే నేరం. నష్టపరిహారం కాదుకదా! నిషిద్ధ స్థలంలోకి వచ్చినందుకు మీమీదే కేసులు పెడ్తాం” అంటూ కంపిని మొండికేసింది.

ఆందోళనకు నాయకత్వం వహించిన వాళ్ళెవరు నిలబడలేదు. నష్టపరిహారం కోసం కోర్టుకు పోదామన్నారు. కాని కోర్టులో తెమిలే విషయమేనా అంటూ పెదవి విరిచారు మరికొందరు.

నష్టపరిహారం విషయం ఎటు తేలకుండానే ఆందోళన సమసి పోయింది. మల్లవ్వ దు:ఖం ఆ దేవునికి ముట్టింది.

“ఇక ఈ ఊళ్ళో ఉండలేం. ఉంటే ఆకలికి చావటమో లేదా అర్ధంతరంగ చావటం తప్ప మార్గం కన్పిస్తలేదు” అన్నాడు ఓ పెద్ద మనిషి.

“భూములు తీసుకున్నప్పుడు ఊరిలోని ఇండ్లను కూడా తీసుకుంటామన్నది కంపిని. కాని ఇప్పుడు ఆ ఊసే ఎత్తటం లేదు”. అన్నారు మరికొందరు.

ఎందుకెత్తుతుంది. ఇండ్లకైతే నష్టపరిహారం ఎక్కువ ఇవ్వాలి. పొమ్మనలేక పొగబెట్టినట్టు ఊరోళ్ళు చావలేక బతకపోతే అప్పుడు ఏ నష్టపరిహారం లేకుండా ఆక్రమించుకోవాలని చూస్తాంది”. అన్నారు మరికొందరు.

"చూడబోతే అట్లనే ఉంది".

"ఊకుంటే అదే జరుగుతది. మనమే ఏదో ఒకటి చెయ్యాలి".

"ఏం చెయ్యగలం"

"ఏదో ఒకటి చెయ్యాలి లేకుంటే ఎట్లా బతుకుడు ఊరిలో, నీళ్ళు లేవు నిప్పులు లేవు. పనులులేవు దినదిన గండం అయితాంది".

"ఇట్లా సచ్చేదానికంటె తాడో పేడో తేల్చుకుందాం". అంటూ యువకులు రుస రుస లాడిండ్లు.

"ఇస్తామన్న ఉద్యోగాలు ఇచ్చింది లేదాయే ఇదిగో అదిగో అంటాండ్లు. కాని ఏం లాభం. ఉద్యోగాలు వచ్చే నాటికి పాణాలు ఉండాలా వద్దా" అన్నారు మరికొందరు.

"మనం పోయి అడిగితే కంపినోడు చప్పుడు చేస్తలేదాయే. మన రోదనంతా అరణ్య రోదనే కాబట్టే" అన్నాడోరైతు.

"మొన్న సర్పంచ్ సాబ్‌ను పోయి అడిగితే ఇదిగో అదిగో అంటాండు".

"ఆయనకు ఏం కడుపునొప్పి. ఆయనపోయి ఎన్టిపీసిల పెద్ద లంకంత ఇంట్ల ఉంటాండు".

"మంత్రి గారిని కలిస్తే" అన్నారెవరో

"అవును నిజమే. ఆయన్ని కలిస్తేనే ఏదో ఒకటి తేలుద్ది"

"మొన్నటి ఎలక్షన్ల మనకు మాట కూడా ఇచ్చే. ఎలక్షను అయిపాయే మంత్రి అయిపాయే, మాట మాట తీర్గనే ఉండే".

"వాళ్ళు పెద్దోళ్ళు. అవసరం మనది, మనమె పోయి గుర్తుచెయ్యాలి". అంటూ ఊరోళ్ళు విచారణ చేసిండ్లు.

ఒకప్పుడు కళకళలాడిన ఊరికిప్పుడు చావుకళ వచ్చింది. ఒకప్పుడు బొగ్గగనుల కింద భూములు ఇవ్వమన్నోళ్ళే కంపినోడు మా ఇండ్లు కూడా తీసుకోవాలని ఆందోళనకు దిగిండ్లు.

మంత్రిగారిని కలిస్తే ఆయన నింపాదికగా "మంచిది నేను మాట్లాడుతాను" అన్నాడు.

ఆయన మాట్లాడింది లేదు. సమస్య పరిష్కారం అయింది లేదు.

"ఆయనకేంది గట్టు మీదెక్కిండు. అయిదేండ్లదాక మన మొఖంచూడాల్సిన పనిలేదు".

"మళ్ళీ ఐదేండ్లకు మన అవసరం. ఆ లోపు మనం ఉంటే కదా!"

"చావంగా మిగిలి ఎవరన్నా ఉంటే అప్పటి సంగతి అప్పుడు చూసుకుంటడు". అంటూ నిష్టూరంగా మాట్లాడిండ్లు కొందరు.

గుట్టలు లెక్క లేసిన మట్టికుప్పల మీద కంపినోడు పర్యావరణ పరిరక్షణ పేరుమీద లక్షలు ఖర్చు చేసి ఏవో చెట్లు పెంచిండు. కాని ఆ చెట్టు ఏవి పెరిగింది లేదు. కాని మట్టి కుప్పలకాడ పట్నం తుమ్మచెట్లు విపరీతంగా పెరిగినయి. వాటికి ఓపెన్‌కాస్టు బొగ్గు బాయినుండి తోడేసిన మురికి నీళ్ళు ఆధారమైనవి. ఇప్పుడిక ఊళ్ళోకి రావటానికి పట్నం తుమ్మల నుంచేదారి.

ఊపిరి సలుపని ఎండకాలం పోయింది. నీళ్ళకు కటకట తప్పింది. ఎండ కాలమంతా నీళ్ళకోసం వెంపర్లాడే స్త్రీలు ఊపిరి పీల్చుకున్నరు. ఊరిలో చాలామంది ఎండకాలంలో ఎక్కువగా సాగే ఉప్పరి పనులతోని కాలంగడిపిండ్లు. చుట్టు ఓపెన్‌కాస్టు మట్టికుప్పలైన తరువాత ఎండలు కూడా మండిపోతున్నాయి. సేదదీరేందుకు మునపటిలా చెట్టుచేమలు లేవు. ఊర్లో పోయేటివి పోంగా మిగిలిన కొద్దిపాటి చెట్లు గ్రామస్తుల్లాగే ఎండకు ఎండి మోడువారి పోయినయి.

మండే ఎండలు పోయి తొలకరి చినుకులు పడ్డాయి. గతంలో అయితే తొలకరి చినుకులకు ఊరిలో ఎంత హడావిడి చేసే వాళ్ళు. ఇప్పుడా హడావిడిలేదు. కాని తొలకరి చినుకుల వల్ల మండే ఎండలనుండి కొంత ఉపశమనం కల్గింది. ఎండకాలంలో సాగే పనులు బందయిపోయి, వర్షకాలంలో సాగే పొలం పనుల కోసం ఊరి జనం చుట్టుపక్కల గ్రామాలకు పనులు వెతుక్కుంటూ పోసాగిండ్లు.

అక్కడికి పోతే మళ్ళీ అదే లొల్లి. ఆయా ఊరిలో కూలినాలి చేసుకొనే బతికే వాళ్ళు పొరుగూరి నుండి వచ్చిన వాళ్ళను చూసి 'మీరు పనుల్లోకి వస్తే మాకెక్కడ పనులు దొరకుతయి' అంటూ అడ్డు చెప్పిండ్లు.

వ్యవసాయంలోకి ట్రాక్టర్లు అవి ఇవి వచ్చిన తరువాత కూలి పనులే అంతంత మాత్రమైంది. ఇప్పుడు పొరుగూరి నుండి కూలీలు మందలు మందలుగా రావటం

స్థానికులకు సమస్యగా మారింది". కొన్ని ఊర్లల్ల పొరుగూరి నుండి కూలీలు రావటానికి వీలులేదు అంటూ లొల్లికి దిగారు.

ఆసాములేమో "ఎవరైతే మాకేందీ పనులు చేయించుకోవటానికి" అంటా పొరుగురి కూలీలను సమర్థించిండ్లు. అట్లా సమర్థించటానికి వాళ్ళకుండే కారణాలు వారికున్నాయి. ఎంత కూలి ఇచ్చినా పొరుగూరి కూలీలు సిద్ధపడేవాళ్లు. తక్కువ కూలి ఇవ్వటమే కాదు. అదిరించి బెదిరించి ఎక్కువ సేపు పనులు చేయించు కోవటానికి ఆసాములను వీలుండేది. దాంతో కూలీల మధ్య కొట్లాటలదాక పోయేది. అటువంటప్పుడు ఆ ఊరు విడిచి మరో ఊరు ఇట్లా ఊళ్ళు పట్టుకొని తిరగాల్సి వచ్చింది.

అందరితోపాటే భూదేవి కూడా కోడలు రాజమ్మతో పాటు పక్క ఊరిలో కూలికోసం పోయేది. ఒక్కతి చేస్తే జరుగుబాటు కాకపోవటం, అలవాటైన వ్యవసాయ పనులు కావటంతో భూదేవికూడా రాజమ్మతో కూలికి పోయేది. అటువంటప్పుడు ఇంటికాడ శ్రీను ఒక్కడే ఉండాల్సి వచ్చేది. వానికింత అన్నం వండిపెట్టి మధ్యాహ్నం అన్నం తినమని చెప్పి జాగ్రత్తలు చెప్పి పనిలోకి పోయేవాళ్ళు.

చిన్నకోడలు కమల కాంట్రాక్టరు దగ్గరి పని చేస్తుండటంతో ఆమెకు కూలి గొడవలు లేవు. మల్లేశం సంగతేమి తెలియటం లేదు. రాజేశం బతక పోయిన కానుంచి అడపదడపా ఉత్తరం ముక్క రాయటం తప్ప పట్టుకుని పదిరూపాయలు పంపించలేదు.

వర్షాలు జోరందుకున్నాయి. ఊరిని అనుకొని ఉన్న ఓపెన్ కాస్టు మట్టికుప్పల నుండి కారిన వర్షపునీరు మట్టితో కలిసి పోయి బురద బురదగా ఊరిని చుట్టేసింది. ఊర్లోకి పోవాలన్న రావాలన్నా ఆ బురదలనుండే పోవాల్సివచ్చేది. వర్షాలు చేయబట్టి నీళ్ళ కటకట తప్పింది. బోరింగ్‌లో నీళ్ళు ఊరటం వల్ల కొంత ఉపశమనంగా ఉంది.

ఇక్కడో అక్కడో పనులు దొరికేసరికి ఊరును తీసుకోవాలనే లొల్లి సద్దుమణిగింది. ఊరి యువకులు ఏదో చెయ్యాలని తాపత్రయ పడుతున్నారు. కాని పొద్దు ఎక్కేసరికి ఊరిలో కాళ్ళు చేతులు ఆడేవాళ్ళు ఎవరు కన్పిస్తలేరు. "మళ్ళీ కడుపులో కాలితే తప్ప వీళ్లెవరు ముందుకు రారు". అంటూ విసుక్కోసాగారు.

మంత్రిగారిని పిలిచి మీటింగ్ పెట్టిస్తామన్న ఆలోచన వెనక్కి పోయింది.

ఆయనేమో "ఇప్పుడు వీలుకాదు. కొన్ని రోజులు పోనియ్" అంటూ దాటవేసారు.

మల్లేశం కనిపించకుండా పోయిన తరువాత కమలకు ఎదురు బెదురు లేకుండా పోయింది. దాని తోడు దాని సక్కి అది సంపాదించుకుంటూ బతకటం వల్ల ఎవరిని లెక్కచెయ్యనితనం వచ్చింది. తన సక్కితాను వేరుగా బతుకుతుంది తప్ప అత్త అంటూ సొంటు చూడటంలేదు.

భూదేవి పెద్ద కోడలు రాజమ్మతోనే ఉంటాంది. పట్టుమని పిలిచి ఎప్పుడైనా పట్టెడు అన్నం పెట్టింది లేదు. 'అదెప్పాయే, నాకు పెట్టకుంటే పెట్టకపాయే. పిల్లగాన్ని అయినా పిలిచి దగ్గరికి తీస్తుందా అంటే అదిలేదు'. దాంతో భూదేవి కోడలు మీద రుసరుసలాడేది. అత్తకు చిన్నకోడలుకు మధ్య పొసగకుండా పోయింది.

"దాన్ని అనేమి లాభం. చేసుకున్నడు సక్కగా ఉండకుంటే అది మాత్రం ఏం చేస్తుంది. అనుకొని తనకు తాను ఎంత సర్ది చెప్పుకున్నా ఆమె మనసు మాత్రం కుదుటపడటం లేదు.

చక్కగా తయారై పొద్దున ఎప్పుడో చీకటితోని కూలికని పోతుంది. మళ్ళీ వచ్చేది గూట్లె దీపాలు పెట్టినంకనే. మధ్య ఇరుగు పొరుగు చెవులు కొరుక్కోవటం ఎక్కువైంది. "అమ్మో కమలా, అదెప్పుడు మా తోని పనిచేసింది. అది ఎంతసేపు కాంట్రాక్టరు ఇంటికాడనే దాని పని" అంటా తోటి కూలీలు దెప్పిపొడవటం భూదేవి చెవిన సోకకపోలేదు.

అటువంటి మాటలు విన్నప్పుడు భూదేవి మనసు కలకలం చెందినా చేసేదేమి లేక మౌనం వహించేది. పని మానుకోమని ఎట్లా చెపుతుంది. చెప్పినా వింటుందా! పనిమానుకుంటె బతికెదెట్లా అని పరిపరి విధాలుగా ఆలోచించేది. చివరికి ఎవరి రాత ఎట్లా రాసిపెట్టి ఉంటే అట్లా అవుతుందని' తనకు తాను సర్ది చెప్పుకునేది.

ఒకరోజు పొద్దున్నే చెన్నూర్ నుండి మనిషి వచ్చిండు. రెండు రోజులు మంచాల పడి కమల తండ్రి కొమురయ్య కాలధర్మం చేసిండని చెప్పుకొచ్చిండు.

ఆ వార్త విని కమల తలంతా బాదుకుంటూ ఎత్తుకోలు మొత్తుకోలుగా ఏడ్చింది. దాన్ని ఊకుంచటం భూదేవి తరంకాలేదు. ఆగమేఘాలమీద అందరికి అందరు కర్మకాండలకు చెన్నూర్ పోయిండ్లు.

"యాభైఏండ్లు కూడా నిండకపాయే అప్పుడే వానికి చావు వచ్చిపడే" అంటూ మల్లయ్య భూదేవి మీద పడి ఏడ్చిండు.

‘వాడు ఎవడు చెప్పిన వినలేదు. తాగకురా అంటే వినకపాయే ఓ ఇల్లు సోయి చూడలేదు. ఓ వొల్లు సోయి చూసుకోలేదు”. అంటూ శోకం తీసింది పెద్దవ్వ.

‘చివరిదశలో అయితే తాగకుంటే క్షణం ఉండలేని పరిస్థితిని వచ్చిండు. ఇంట్లా ఉన్నయి లేనియి ఎత్తుకొని పోయి తాగిండు”. అన్నాడో పెద్దమనిషి విచారపడ్తు.

“పోయినోడు సక్కగానే పోయిండు. ఉన్నోళ్ళకె వచ్చింది తిప్పలంతా” అంటూ ఓ పెద్దవ్వ శోకం తీసింది.

కొమురయ్య తాగి తాగి ఖార్జాలు తూట్లుపడి బొత్త ఉబ్బి చాలా అవస్థపడి చనిపోయిండు. ఖర్మ కాండలు అయిపోయిన తరువాత ఎటోళ్ళు అటు ఎళ్ళిపోయిండ్లు.

దినాలదాంక ఉండమని తల్లి ఎంత బ్రతిమిలాడిన కమల ఉండకుండా ఇన్ని రోజులు నాగాలు అయితే ఉన్నపని పోతదని చెప్పి తండ్రి చనిపోయిన మూడవ రోజే తిర్గివచ్చింది.

పనులు దొకటమే కష్టమయ్యే రోజుల్లో పని దొరికినప్పుడు చేసుకోకుంటే ఎట్లానని ఊరోళ్లు ఆపక్షణ పడుతాండ్లు. ఎక్కడ పనులున్నాయంటే అక్కడికి పరుగులు పెడ్తాండ్లు.

పనులు చేసుకొనే వాళ్ళు ఏదో పనులు చేసుకొని బతుకుతాండ్లు. ఈ ఉరుకులాటలు, వెతుకులాటలు పడలేని వాళ్ళు జులాయిగా తిర్గెవాళ్లు లంగలు దొంగలుగా మారిపోయిండ్లు. భూములు పోయిన తరువాత ఊరోల్లది లేకి బతుకైంది. లేకిల లేకి అన్నట్టుగా రాత్రయితె చాలు ఊరిలోకి వచ్చే దారిలో గుబురుగా పెరిగిన తుమ్మచెట్లల దొంగలు తయారైండ్లు.

ఎవరైనా ఒంటరిగా వస్తుంటే చాలు. మీదపడి ఉన్నయి లేనియ్ గుంజుకోవటం మొదలైంది. దాంతో చీకటైతే చాలు ఆ దారిలో నడువాలంటేనే బయపడసాగిండ్లు.

గతంలో ఇటువంటి సంఘటనలు చూడని ముసలి వాళ్ళు “ఇదంతా ఏదో నాశనకాలానికే వచ్చిందని” వాపోయారు.

“వాళ్ళు మాత్రం ఏం చేస్తారు. బతుకుతెరువు లేకుంటే ఇట్లనే అయితది” అన్నారు మరికొందరు.

దొంగల బారిన పడ్డ వాళ్ళు దొంగల నుండి తప్పించుకున్నవాళ్ళు దొంగల గురించి చెప్పె కథలతోని ఊరు అట్టుడికి పోయింది.

పోలీసు కంప్లెయింట్ ఇవ్వాలన్నారు కొందరు.

"ఇస్తే మాత్రం వాళ్ళచ్చి పట్టుకుంటారా! మన గురించి పట్టించుకునెటోళ్ళు ఎవరు" అన్నారు మరికొందరు. ఏమయితేనేమి దొంగల బారినపడిన కొందరిని వెంట బెట్టుకొని పోయి టూటౌన్ పోలీసు స్టేషన్లో ఫిర్యాదు చేసిండ్లు.

పైసలు రాలని పని పట్ల పోలీసులు సహజంగానే నిర్లక్ష్యం వహించిండ్లు. పొమ్మనలేక పొగబెట్టినట్టుగా ఇద్దరు కానిస్టేబుల్స్ పంపించిండ్లు. వాళ్ళేమో రెండు రోజులు హడావిడి చేసి అంతకు ముందు దొంగలుగా పేరుపడ్డ ఒకరిద్దర్ని పట్టుకపోయిండ్లు. అందులో ఒకడు జేబు దొంగ, మరొకడు పిచ్చోడు. కొన్ని రోజులు దొంగతనాలు ఆగినట్టయింది. కాని వారం పది రోజులు ఆగి మళ్ళ మొదలైంది.

దూర దూరప్రాంతాలకు పనులకు పోయిన వాళ్ళు వచ్చేటప్పుడు దొంగల భయంతోనే గుంపులుగా కలిసివచ్చే వాళ్ళు.

ఒకరోజు యాదావిధిగా అత్తా కోడల్లు ఇద్దరు పొరుగూరున ఉన్న గుంజపడుగకు పనులకు పోయిండ్లు. పొద్దున పనిలోకి పోయేటప్పుడు మనుమడు శ్రీనుకు ఒంట్లో నలతగా ఉండే పనికిపోయిన కాన్నుంచి రాజమ్మ ధ్యాసంత కొడుకు మీది ఉండిపోయింది. అది కనిపెట్టిన భూదేవి కోడలును కాస్త ముందే పంచించేందుకు ఆసామిని బతిమిలాడింది. ఆయనేమో అదేమి పట్టించుకోకుండా "ఇట్లా ఏదో ఒకటి చెప్పి పోదామంటే ఎట్లా కుదురుద్దీ" అన్నాడు.

"అయ్యా, అంతగా అయితే నేను పని అయిపోయే వరకు ఉంటాను". అని బతిమిలాడితే, ఆసామి సరే అని రాజమ్మను కాస్త ముందు పోవటానికి అనుమతించిండు. కోడలు పని తన పని ముగించుకొనే సరికి చీకటి పడింది. దాంతో ఆలస్యంగా భయలుదేరింది భూదేవి. ఇంటికి తొందరగా పోవాలనే ఆతృత తోటి పనికానుండి గబగబా నడిచివస్తాంటే భూదేవికి రోడ్డుమీద కాంట్రాక్టర్ సైకిల్ మోటారు మీద పోతున్న కమల కనిపించింది.

ఒక్క క్షణం కమలే అవునా కాదా అని పరీక్షగా చూసింది.

'నిజమే కమలే' ఒక్కటే ఇక ఇకలు పక పకలు. వాళ్ళ ఆలోచనలో వాళ్ళుండి వాళ్ళు భూదేవిని చూడనేలేదు.

'అంటే ఊర్లో అనుకుంటున్నది నిజమేనన్న మాట' ఆమె మనసంతా కకావికలమైంది.

బస్టాండ్‌కచ్చి బస్సెక్కి ఇంటికి వచ్చేదాక ఆమెకు మనసులో మనసులేదు.

ఇంటికొచ్చిందన్న మాటేకాని, భూదేవికి తోక తొక్కిన పాములా బుసబుస లాడుతూనే ఉంది. రాజమ్మకు భూదేవి కోపం ఏమిటో అర్థంకాలేదు. అప్పటికి రెండుసార్లు వేరుగా ఉంటున్న చిన్న కోడలు కమల ఇంటికి పోయి చూసివచ్చింది. కాని అప్పటికి కమల వచ్చినట్టులేదు.

"ఎందుకొస్తది కన్నుమిన్ను కానకుంట అయింది". అటూ తనలో తాను గుణుక్కుంది.

"తన ఇంటా వంటా ఇటువంటి పాడు పని ఉందా! ఎంత నామోసి. వాడికి తెలిస్తే ఇంకెమన్నా ఉందా అంటూ పరిపరి విధాలుగా ఆలోచనలతో సతమతమైంది.

ఏ రాత్రో ఇంటికి వచ్చిన కోడలును భూదేవి నిలదీసింది. "ఇదేందీ" అని గుడ్లురిమింది.

కమల మాత్రం అత్త మాటలను లక్ష్యపెట్టలేదు. పైగా అత్తమీదకే ఇంతెత్తు ఎగిరింది. "ఆ మీరు సంపాదించిన సొమ్ము తింటుంటే కావురం ఎక్కింది" అంది.

"అవునే, నీకు కావరమే కాకుంటే, కాంట్రాక్టర్‌తో ఇకఇకలు పకపకలేంది. సిగ్గు విడిచి బండ్ల మీద తిరుగుడేందీ" అంటూ భూదేవి కోపంతో ఊగిపోయింది.

"ఎక్కడ తిర్గిన. ఏ లంజకొడుకు చెప్పిండు". అంటూ మాటకు మాట బదులిచ్చింది.

"ఎవడో చెప్పుడేందీ. నాకండ్ల తోని చూసిన" అంది.

"ఏం చూసినవు, ఎక్కడ చూసినవు. అయినా నువ్వడిగేది ఏందీ నా ఇష్టం" అంటూ కఠవుగా ఇంట్లోకి వెళ్ళి తలుపేసుకుంది. భూదేవికి దు:ఖం నిస్సత్తువ కమ్ముకోగా అక్కడే కూలబడి పోయింది.

16

ఊరోల్ల బాధలు రగలిరగిలి లావాలా పిల్లుబికింది. ఇక ఈ బాధలు పడలేం, ఏదో ఒకటి తేల్చుకోవాల్సిందే" అన్నారు. "కంపినేమో నిమ్మకు నీరెత్తినట్టుగా ఉండిపోయింది. వానికేం వాని పనులు సక్కగానే జరుగుతున్నయి. ఇక మనం చస్తేందీ, బతికేందీ" అంటూ ఆడోళ్ళు శాపనార్థాలు పెట్టారు.

ఒకరోజు సోమవారం ఉదయాన పాడుబడి పోయిన స్కూల్ గ్రౌండ్‌లో ఊరోళ్ళు సమావేశం అయిండ్లు. స్త్రీలు పిల్లపాపలు, ముసలి ముతక అంటూ తేడా లేకుండా అందరు వచ్చారు. ఉదయం ఎండ చిటపటలాడిస్తుంది. జండా గద్దెమీద నిల్చోని సమావేశాన్ని ఉద్దేశించి వెంకటేశం మాట్లాడిండు.

"కంపినోడు మన భూములు తీసుకొని ఐదెండ్లాయే. భూములు తీసుకున్నప్పుడు చెప్పిన మాటలేవి ఆచరణలో చూపకపాయే. ఇస్తామన్న ఉద్యోగాలు రాలేదు. భూములు పోయిన వాళ్ళు ఉద్యోగాల కోసం చూసి చూసి ఆశలు వదులుకున్నరు. ఆనాడు భూములు ఇవ్వమని మొండికేసిన వాళ్ళ కేసులు ఎటు తేలకపాయే. ఆనాడు మనం ఏం జరుగుతుందని భయపడ్డామో అచ్చంగా అదే జరిగింది. భూములు పోయి బతుకు పోయి మనం ఎట్లా బతికినమో ఎవరు పట్టించుకోలేదు. ఆనాడు కంపినికి వత్తాసు పలికినోళ్ళు మళ్ళీ పత్త లేకుండా పోయిండ్లు" అన్నాడు ఆవేశం కమ్ముకోంగా.

అక్కడ సమావేశమైన గ్రామస్తుల హృదయల్లాగే ఉదయపు ఎండ బగ్గుమంటుంది.

"మనం ఏ పాపం చేయకుండానే మనల్ని శిక్షించిండ్లు. మన బతుకుల్ని నాశనం చేసిండ్లు. ఎవని చేతికి మైల అంటలేదు. కాని మన మెడలకు కనిపించని ఉరి తాళ్ళు బిగించిండ్లు. ఈ ఐదేండ్లలో ఆకలికి సచ్చినోళ్ళు సచ్చిండ్లు. పిలగాండ్లకు ఆకలికి నకనకలాడుతుంటె చూడలేక బతుకు చాలించుకున్నోళ్ళు ఎంత మంది, ఒక కాపు రాజయ్య, ఒక వెంగలి గట్టయ్య, మరిపాక పోషం ఒకలా ఇద్దరా ఇరువైరెండు మంది బలవంతంగా ప్రాణాలు తీసుకున్నరు". అన్నాడు ఆవేశంతో అతని గొంతువణికింది.

చనిపోయిన వాళ్ళు గుర్తుకు రాగా చాలామంది మనసులు భారమైనవి. వెంగలి గట్టయ్య భార్య శోకం తీసింది.

"ఆనాడు భూమి ఇస్తామని ముందుకు వచ్చిన వాళ్ళు కూడా ఇవ్వాళ తాము చేసిన పొరపాటుకు బాధ పడ్తాండ్లు. ఐదేండ్ల అనుభవం వాళ్ళకు భూమి లేకుంటే మనిషి పడే బాధేందో అర్థం చేయించింది. ఆనాడు పైసలు వస్తాయని సంబర పడ్డవాళ్ళు అటు తరువాత చేతికి పైసలు వచ్చినంక వాళ్ళ బతుకులు ఏమైనవో అందరికి ఎరుకే".

బాధ అందరి హృదయాలను తడిమింది.

"ఏమైంది సర్వనాశనమైంది". అన్నాడెవరో దు:ఖంతో

వెంకటేశం గొంతు మరోసారి కంగున మోగింది. "బొగ్గు ఉత్పత్తుల పేరుమీద అభివృద్ధి పేరుమీద మన బతుకుల్ని సర్వనాశనం చేసిండ్లు. మన శవాలమీద వాళ్ళ అభివృద్ధి సౌధాన్ని నిర్మించుకుంటాండ్లు. వాళ్ళ లాభాల కోసం మనం బలి పశువులమైనాం, మనతో పాటు మన నేల, మన పక్షి మన పాడి అంత సర్వనాశనమైంది".

"అవును. సర్వనాశనమైంది. ఇప్పుడిక మనం చెయ్యగలిగిందేముందని" కాపురాజయ్య నిస్పృహగా అన్నాడు.

అతనికి గతం గుర్తుకొచ్చి కండ్లు తడారినయి.

"అవును సర్వనాశనమైంది. ఇప్పుడిక మనం జీవగంజి కోసం పాకులాడుతున్నాం. ఈ ఊరిలో మనకు బతుకులేదు. ఈ ఊరిలో రుణం తీరిపోయింది. ఈ మట్టికుప్పల మధ్య ఈ పేలుల్ల మధ్య, తాగేందుకు గుక్కెడు నీళ్ళకోసం కటకటలాడుతూ ఇక మేం బతకలేం అని తెలిసిపోయింది. మా బతుకేదో మేం బతుకుతాం. మా

భూములు తీసుకున్న వాళ్ళు ఇప్పుడిక మా ఇండ్లు కూడా తీసుకోండ్లీ అంటూ దేబరిస్తున్నాం. అయినా కంపిని మనసు కరగటం లేదు".

"ఎందుకు కరుగుతుంది. కషాయి వానికి బలిపశువు మీద ప్రేమ ఎందుకు ఉంటుంది". రామలింగు తాత దీర్ఘం తీసిండు.

"ఆనాడు మన భూములు తీసుకున్నప్పుడు కంపిని వాడు ఇచ్చిన మాట ప్రకారం మన ఇండ్లు కూడా తీసుకుంటామన్నడు. కాని కంపిని ఇచ్చిన మాట మీద నిలబడలేదు".

"ఎందుకు నిలబడ్తది, వానికేం అవసరం. అందరు సచ్చినంక ఎవనికి ఏ నష్ట పరిహారం ఇవ్వకుండానే ఆక్రమించుకోవచ్చని చూస్తాంది" ఎవరో అన్నరు.

"కంపినింట్ల మన్ను బొయ్య. మా బతుకుల్ని నాశనం చేసింది. నా మనుమన్ని మింగింది". మల్లవ్వ శోకం తీసింది. వెంకటేశం మళ్ళీ మాట్లాడసాగిండు. "కంపిని ఇచ్చిన మాట నిలబెట్టుకోవాలని మనం కాళ్ళు అరిగేలా తిరిగనం. కనిపించిన లీడరునల్లా కలిసి ప్రాధేయపడ్డం. మంత్రిని కలిసినం కాని ఎవరు మన బాధ పట్టించుకోలేదు. ఎవనికి కడుపునొప్పో వాడే మందు తాగాలి. మన బాధను మనమే పరిష్కరించుకోవాలి".

అప్పటికి అక్కడికి ఇక్కడికి తిర్గి వేసారి ఉన్న గ్రామస్తులకు ఆ మాట నచ్చింది.

"అవును మనమే ఏదో ఒకటి చెయ్యాలి. చావో రేవో తేల్చుకోవాలి". భూదేవి పెద్దగా అరిచింది.

గాలికి ఆమె తలవెంట్రుకలు రెపరెపలాడినవి. మల్లేశం అమ్మకేసి ఆశ్చర్యంగా నోరెల్ల బెట్టిండు. 'ఎందుకు బిడ్డా మనకు ఈ లొల్లిలు అనే తల్లే అందరికంటే ముందు చావో రేవో తేల్చుకోవాలంటుంది'.

ఎంత సర్దుకపోయి బతుకుదామన్నా బతకనియ్యని పరిస్థితిలో ఎదురు నిలబడి పోరాడ్డం తప్ప మరోమార్గం లేదని భూదేవి భావించింది.

"అవును ఇవ్వాళ మనం చావోరేవో తేల్చుకోవాలి. అందరికి అందరం పోయి జీ.యం ఆఫీసు ముందు ఏదో ఒకటి తేలేవరకు అక్కడి నుంచి కదిలేదిలేదు". అన్నాడు ధృడంగా.

“అవునవును. అదే సరైంది” అరిచారు జనం.

మరి కాసేపట్లనే పెద్దంపేట ఊరినుండి గ్రామస్తుల ఊరేగింపు బయలుదేరింది.

ఆకలికి నకనకలాడే పీక్క పోయిన మొఖాలు ఎవ్వరి మొఖంలో చటాకు మాంసం లేదు. పెద్దరికం వాళ్ళను మెల్లమెల్లగా చప్పరించేసింది. స్త్రీలు, పిల్లలు, నడవలేకనడుస్తూ ఊరేగింపులో కదిలిన వృద్ధులు, ఆవేశంతో ఊగిపోతున్న యువకులు ఊరేగింపుకు ముందు భాగాన నిలిచిండ్లు.

ఒకప్పుడు పోలీసుల బలవంతం మీద మా ఊరికి బొగ్గు బావులు రావాలి. మన బతుకులు బాగుపడాలని ఊరేగింపు తీసిన జనమే ఇవ్వాళ బొగ్గు బాయిలు వచ్చిన తరువాత చిద్రమైపోయిన బతుకును నిలబెట్టుకోవాలని ఏదో ఆశతో చివరి పోరాటానికి దిగారు. ఒకప్పుడు బొగ్గు బాయిలకు మా భూములు ఇవ్వమని ఆందోళన చేసినవాళ్ళే ఇవ్వాళ మా ఇండ్లు కూడా బొగ్గు బావుల కింద తీసుకొమ్మని వీధుల్లోకి వచ్చారు.

కాలం ఎంత విచిత్రమైంది. భయంకరమైన వినాశనం బతుకు విధ్వంసాన్నే అభివృద్ధిగా చెలామణి కావటం. నరహంతకుల దయా దాక్షిణ్యాలకు పాకులాడటం విచిత్రం కాకపోతే ఇంకేంది.

భూదేవి ఒకచేత ప్లకార్డు పట్టుకుంది. అందులో కంపిని మా ఇండ్లను తీసుకోవాలనే నినాదం రాసుంది. మరోచేత మనుమడు ఎక్కడ తప్పిపోతడనో అతన్ని పట్టుకుంది.

అంత మంది జనంతో నినాదాలు హోరెత్తిగా కదిలిపోతుంటే శ్రీనుకు వింతగా, విచిత్రంగా, ఇంకొద్దిగా ఉత్సహంగా ఉంది. అందరితో పాటు నినాదాలకు వంత పాడుతున్నాడు.

ఆ రోజు ఊరిలో ఎవరు పనులకు పోలేదు. ఇది అందరి సమస్య అందరు రావాలని ముందే ఉద్యమానికి నాయకత్వం వహించిన వాళ్ళు చెప్పటంతో పనుల్లోకెవరు పోలేదు. వయసు మళ్ళిన వాళ్ళు ఊరేగింపుతో వేగంగా నడవలేక వెనుకబడిపోయిండ్లు. అయినా ఆందోళనలో పాల్గొనాలనే వాళ్ళ ఆవేశం మాత్రం ఎవరికి తీసిపోలేదు. వాళ్ళు జీవితంలో ఎన్నో కష్టసుఖాలు అనుభవించిండ్లు కాని ఇటువంటి విపత్కర పరిస్థితి ఒకటి వస్తుందని గాని, ఊరుఊరంతా గత్తర వచ్చినట్టు తుడిచిపెట్టుక పోతుందని గాని వాళ్ళు ఊహించలేదు.

నినాదాలతో ముందుకు సాగుతున్న ఊరేగింపును చూసి కొందరు నవ్వులాటగా ఉంది. కారులో పోతున్న సుందరాంగి ఒకతి కారు నడుపుతున్న భర్తతో "ఏంటిదంతా" అంది వయ్యారాలు పోతూ. ఆయనేమో కంపినిలో మేనేజర్ స్థాయి ఉన్నతాధికారి.

"ఏముందీ, అలగా జనం కంపిని పైసలు ఇచ్చినప్పుడు తాగితందనాలు ఆడి ఇప్పుడు మళ్ళీ ఇండ్లు కూడా తీసుకోవాలని లొల్లి పెడ్తాండ్లు" అన్నాడు.

"కంపినికి ఏది అవసరమైతే అది తీసుకుంటుంది. దానికి ఇంత రాద్ధాంతం ఎందుకు" అంది ఆమె ఊరేగింపులోని జనాలకేసి నిర్లక్ష్యంగా చూస్తూ.

సంస్థ 'సింగరేణి వైవ్స్ ఆసోసియేషన్' ఏర్పాటు చేసిన తరువాత కంపిని మంచి ఫలితాలనే సాధించింది. కార్మికులు చాలా ఏండ్లుగా పెండింగ్ పడిపోయిన వేజుబోర్డు కోసం సమ్మె చేస్తె, సింగరేణి మేనేజుమెంట్ 'వైవ్స్ అసోసియేషన్' ద్వారా కార్మికుల భార్యలతో సమ్మెకు వ్యతిరేకంగా ఊరేగింపు తీయించింది. వైవ్స్ అసోసియేషన్‌లో పెత్తనమంతా అధికారుల భార్యలదే. ఈ సుందరాంగి అందులో క్రియాశీలక సభ్యురాలు.

"మా వైవ్స్ అసోసియేషన్ వాళ్ళు కార్మికులనే కాదు, బొగ్గుగని ప్రభావిత గ్రామాల ప్రజలను కూడా ఎడ్యుకేట్ చేయాల్సి ఉంది" అంది ఉత్సాహంగా.

"మీరు ఆ పనిచేస్తే చైర్మెన్‌గారి దృష్టిని ఆకర్షిస్తారు. అప్పుడు వైవ్స్ అసోసియేషన్‌కు మరిన్ని నిధులు రాకపోవు" అన్నాడు అతను.

ఎవని లొల్లి వానిది. ఇల్లుకాలి ఒకడు ఏడిస్తే అదేదో కాలి మరొకడు ఏడ్చినట్టుంది. సింగరేణిలో సంస్కరణలు మొదలైన తరువాత కార్మికులకు అధికారులకు మధ్య వేతన వత్యాసాలు బ్రిటిష్ వలసవాదుల కాలం కంటే మించిపోయింది. అధికారుల నయా దొరతనం ఏర్పడింది. ఉన్న పనులన్ని ఔట్‌సోర్సింగ్ చేసిన తరువాత అధికారులకు ఎక్కువైన కార్మికులను సాధించి, వేధించి సంస్థనుండి బయటికి పంపటమే పనైంది.

ఊరేగింపును దాటి కారు వెళ్ళిపోయింది.

ఓసీపి మట్టి కుప్పల కాడ పని చేస్తున్న కాంట్రాక్టు కార్మికుల్లో ఒకడు అదే పనిగా ఊరేగింపును చూస్తూ బాధగా నిట్టూర్చిండు. డ్యూటీ నుండి ఆలస్యంగా ఇంటికి పోతున్న కార్మికులు సైకిల్లు ఆపి నిలబడ్డరు.

"కంపిని ఎవన్ని బతకనిచ్చేట్టు లేదు". అంటూ ఓ కార్మికుడు నిట్టూర్చిండు.

మళ్ళీ అతనే "చూడబోతే అందరికి అందర్ని చంపి ఊళ్ళను బొందల గడ్డలు చేసి సంపదను తరలించుక పోబట్టిరి".

అతని పక్కనే ఉన్న మరో కార్మికుడికి ఆ మాటలేమి సరిగా అర్థం కాలేదు.

"ఏందోనన్న అంత మాయికమ్మినట్టుంది. వెనకట బాయిలు బందుపెడ్తె దేశం ఆగం అయ్యేది ఎక్కడి రైల్లు అక్కడ ఆగిపోయేది. బొగ్గు లేక ఫ్యాక్టరీలు మూతపడేవి. ఇప్పుడంతా తలకిందులైంది. ఎన్ని బాధలు పెట్టినా కుక్కిన పేనులా బతకాల్సి వస్తాంది".

"వస్తాందీ అంటే రాదామరి. కార్మికులు చేసే పనులన్ని ప్రవేటోనికి అప్పచెప్తాంటే కార్మికునికేమి విలువ ఉంటుంది. నాల్గురోజులు కాదు నలబై రోజులు సమ్మె చేసినా కంపినికి ఎంట్రుక మందం భయంలేదు. ఎందుకంటావు".

"ఎందుకంటే మనం చేసేపనులు ప్రవేటు వాళ్ళు చేస్తాంటే కార్మికునికేం విలువ ఉంటది. యూనియన్లు ఉన్నాయి కాని ఏం లాభం. పెరిగిపోతున్న ఔట్ సోర్సింగ్‌ను ఆపటం లేదు".

"ఎందుకాపుతారు. దొంగలు దొంగలు ఊళ్ళు పంచుకున్నట్టుగా ఉంది. ఏమంటా యూనియన్ ఎలక్షన్లు పెట్టి, కొట్లాడే వాళ్ళను చంపేసి మనం చీదరించుకున్న యూనియన్లను మన నెత్తిన రుద్దిండో, ఇక దొంగలు దొంగలు ఒకటైండ్లు. ఎదురుబెదురు లేకుండా పోయింది. కార్మికులు దెబ్బ కాసుకోవడమే తప్ప ఎదురు దెబ్బతీయలేని పరిస్థితి వచ్చింది. ఇంత అధ్వాన్నమైన పరిస్థితి ఒకటి వస్తుందని నేను కలలో కూడా ఊహించలేదు".

ఊరేగింపు వాళ్ళ పక్క నుండే నినాదాలు చేసుకుంటూ ముందుకు సాగింది.

"చూసినవా వీళ్ళ పరిస్థితి. ఒకప్పుడు ఎంతో కళకళలాడిన పెద్దంపేట ఊరు ఇవ్వాళ చావుకళ వచ్చిపడింది. బొగ్గు గనుల కింద భూములు గుంజుకొని వాళ్ళ బతుకుల్ని ఆగం చేసిండ్లు. ఔట్ సోర్సింగ్ ప్రవేటీకరణ పెంచి కార్మికులను పనులు లేకుండా చేసి మన బతుకుల్ని ఆగం చేసిండ్లు. మరోవైపు అన్ని పనులు కాంట్రాక్టర్లకు ఇచ్చిన తరువాత అక్కడ పనిచేసే కూలీల బతుకులేమన్నా సుఖంగా ఉన్నాయా అంటేఅదిలేదు. కనీస వేతనాలు లేవు. కనీస పనిగంటలు లేవు. దెబ్బలు తాకితే

మందులు లేవు. చనిపోతే నష్టపరిహారం లేదు. దుర్భరమైన శ్రమ, బానిస బతుకులు. ఎనకట బానిసలు ఉండే వాళ్ళంట. అంతకంటే కనా కష్టం అయ్యింది. కాంట్రాక్టు కార్మికుల పరిస్థితి".

"ఇట్లెందుకైందంటవు" అతనికి మారిన పరిస్థితేమి అర్థం కావటంలేదు.

ఇందాకటి కార్మికుడు భారంగా నిట్టూర్చిండు. అదంతా పెద్దకథ అంటూ మొదలుపెట్టిండు.

"సూటిగా చెప్పాలంటే పరిస్థితులు ఎంతగా మారిపోయాంటే, దీనికంటే ఎనకటి బ్రిటీష్ కాలమే నయమనిపిస్తాంది. వాళ్ళ దోపిడి స్పష్టంగా కళ్ళకు కనిపించేది. కాని ఇప్పుడా దోపిడి స్పష్టంగా కళ్ళకు కనిపించదు. తడి గుడ్డతోని గొంతు కోసినట్లు జరిగిపోతుంది. ఎక్కడ సంపద ఉంటే అక్కడ దోచుకపోయేందుకు అంతర్జాతీయ దోపిడి దొంగలు తయారైండ్లు. వాళ్ళకు వంతపాడే వాళ్ళే దేశాధినేతలు అయ్యిండ్లు. వాళ్ల దోపిడికి అందమైన ముసుగే ప్రపంచీకరణ. ఇప్పుడు వాళ్ళ దోపిడికి ఏ ఆటంకాలు లేవు. ఏ చట్టాలు అడ్డురావు. ప్రశ్నించే గొంతులుండవు. కనిపించి కనిపించని హత్యకాండ సజావుగా జరిగిపోతుంది. దేశంలో సంపద ఉండి కూడా అది ప్రజలకు చెందదు. ఇదిగో ఇట్లా ప్రజలను బలిపశువులు చేసి సంపద తరలించుకపోతరు. కష్టం చేసే కార్మికుల బతుకుల్ని ఆగం చేస్తరు. దోపిడి... దోపిడి ప్రజల మూల్గుల్ని పీల్చే అమానుష దోపిడి విశ్వవ్యాపితమైంది. విర్రవీగుతుంది".

ఊరేగింపు ముందుకు పోయింది. చాలాసేపు అటుకేసి చూసిన కార్మికులు మళ్ళీ సైకిళ్ళు ఎక్కి తిర్గు ప్రయాణమైండ్లు.

ఇందాకటి కార్మికుడు భారంగా నిట్టూర్చిండు. "ఇవ్వాళ ప్రపంచీకరణ అనే రాక్షసి అందరి బతుకుల్ని ఆగం చేసింది. ఎవరికి వాళ్ళు ఈ బాధలు పడలేక ఆందోళన చేస్తున్నరు. ఇవ్వాళ ప్రజలు జరిపే ఏ పోరాటమైనా సారంలో ప్రపంచీకరణ వ్యతిరేక పోరాటమే. అందువల్ల కార్మిక వర్గం పాత పద్ధతుల్లో పోరాటాలు చేసే పరిస్థితిలేదు. ఇవ్వాళ పెద్దంపేట గ్రామస్తులు ఒంటిరిగా చేస్తున్న పోరాటాన్ని మనం సమర్థించాలి. మనం వారికి నాయకత్వం వహించిన రోజున ఈ దోపిడి అంతం అవుతుంది. అంతవరదాక ఈ పెనుగులాట తప్పదు". అన్నాడు ఆ కార్మికుడు. ఒకనాటి పోరాటపు రోజులు ఆయన మదిలో మెదిలాయి.

ఊరేగింపు జీ.యం ఆఫీసు కాడికి వచ్చేసరికి ఎండ ముదిరింది. నాలుగు ఐదు కిలోమీటర్లు వీధుల్లో నడిచి వచ్చేసరికి పిల్లలు వృద్ధులు ఆయాస పడసాగిండ్లు.

నిర్వాసిత గ్రామమైన పెద్దంపేట వాసులు ధర్నా చేయటానికి వస్తున్నారన్న సమాచార తెలిసి జీ.యం. ఏదో పనున్నట్టుగా ముందే వెళ్ళిపోయిండు. పోతూ పోతూ స్టాఫ్ ఆఫీసరును పిలిచి "ఇందులో మనం చేయగలిగిందేమి లేదు. ఏ నిర్ణయాలైన పై స్థాయిలో జరగాలి. వాళ్లేదైనా మెమరాండం ఇస్తే తీసుకో. అదే విషయం వాళ్ళతో చెప్పు. ఈ పరిస్థితిలో మనం ఇంతకంటె చేసేదేమి లేదంటూ" ఆయన హడావిడిగా వెళ్ళిపోయిండు.

పై అధికారి ఆ మాట చెప్పేసరికి స్టాఫ్ ఆఫీసర్ చేసేదేమిలేక తలాడించిండు. కంపిని ముందు జాగ్రత్త చర్యగా పోలీసులను పిలిపించింది. సర్కిల్, ఇద్దరు ఎస్సైలు, ఒక వ్యాన్ నిండా పోలీసులు బందోబస్తు కోసం అప్పుడికే వచ్చి చేరిండ్లు. బారు తుపాకుల పోలీసులను చూసి జనం కాస్త ఎనకముందాడిండ్లు.

వెంకటేశం అది కనిపెట్టి "మనం భయపడాల్సిందేమి లేదు. న్యాయంగా మనకు కంపిని ఇచ్చిన మాటను నిలబెట్టుకొమ్మని కోరటానికి శాంతియుతంగా మన నిరసన తెలియజేయటానికి వచ్చాం". అంటూ వారిలో ఉత్సాహం కల్గించిండు.

"ఇవ్వాళ సమస్య అటో ఇటో తేలేదాక పిల్లజెల్లా అందరు ఇక్కడి నుంచి కదిలేది లేదు". మల్లేశం ఆవేశంగా అన్నాడు.

సర్కిల్ వాళ్ళకేసి కొరకొర చూసిండు. భూదేవికి ఈ పరిస్థితేమి అంతుపట్టకుండా ఉంది. మల్లేమి ముంచుకొస్తదోనని క్షణకాలం ఆందోళన చెందింది. కాని మరుక్షణమే ఎంత కాలం ఇట్లా బతుకుదాం, ఏదైతే అది అవుతుంది అని తనకు తాను ధైర్యం చెప్పుకుంది.

ఊరేగింపుగా వచ్చిన జనం ఎవరు ఆఫీసులోకి రాకుండా ముందే అక్కడి వాచ్‌మెన్లు గేట్లు వేసిండ్లు. ఆ గేటుకు అడ్డంగా పోలీసులు వచ్చి నిలిచిండ్లు.

నినాదాల హోరు ఎత్తింది.

"మా భూములు తీసుకున్న కంపిని మా ఇండ్లుకూడా తీసుకోవాలి".

"భూ నిర్వాసితులకు ఇచ్చే ఉద్యోగాలు తక్షణమే ఇవ్వాలి".

స్త్రీలూ, పిల్లపాపలు, వృద్ధులు అనే తేడాలేకుండా జనం గొంతులు చించుకుంటాండ్లు. జీ.యం ఆఫీసులో పనిచేసే గుమస్తాలు, అధికారులు కిటికీల పొంటి నిలబడి బెరికి బెరికిగా చూస్తున్నరు.

ఉత్సాహాన్ని ఆపుకోలేక కొంతమంది యువకులు పాటందుకున్నరు. జనం వారి కోరస్ పాడుతున్నరు.

"వద్దురా బాబు"

"బొగ్గు బాయిలు మనకువద్దు"

"మన బతుకుల్ని నాశనం చేసే"

"ఓపెన్ కాస్టులు మనకు వద్దు"

"మన చెట్టు మన చేమను మింగిసే"

"ఓపెన్ కాస్టులు మనకు వద్దు"

"మనబాయి, మన చెరువులను మింగేసే"

"ఓపెన్ కాస్టులు మనకు వద్దు"

"మనపిట్ట మనపక్షులను మింగేసె"

"ఓపెన్‌కాస్టులు మనకు వద్దు"

"భూమిని తలకిందులు చేసె బొగ్గు దుమ్ము మొఖానకొట్టే"

"ఓపెన్ కాస్టులు మనకు వద్దు"

"మన చేను"

"మనకు కావాలి."

"మన చెల్క"

"మనకు కావాలి"

"మన భూమి"

"మనకు కావాలి".

నినాదాల జోరందుకున్నది. అరిచి అరిచి జనం గొంతులు పోతున్నయి. "మేమరండం ఇచ్చి పొండి. పై అధికారులకు నివేదిస్తాం" అన్నారు అధికారులు.

"కాదు ఇప్పుడు తేల్చాలి". అన్నారు ఉద్యమకారులు.

"ఇప్పుడప్పుడే తేలే సమస్య కాదు. మా చేతిలో ఏముంది? కార్పోరేట్‌లో నిర్ణయం జరగాలి అన్నారు అధికారులు.

"మా భూములు తీసుకున్నప్పుడు ఇండ్లుకూడా తీసుకుంటామని మాట ఇచ్చి, ఇప్పుడు కాదంటారా ఇదేం న్యాయం" అన్నారు ఉద్యమకారులు.

సమస్య ఎటు తేలటం లేదు. పొద్దు గడిచిపోతుంది. మధ్యాహ్నం భోజనానికి పోవల్సిన ఆఫీసు సిబ్బంది సమయం గడిచేసరికి నకనకలాడుతాండ్లు. 'ఇదెక్కడి పెంటరా' అని విసుక్కుంటాండ్లు. ఎర్రటి ఎండ తలలను మాడ్చేస్తుంటె స్త్రీలు, పిల్లలు అలిసిపోతున్నరు. గొంతులు పిడుచుకట్టుకపోతున్నవి. అయినా ఎవరు వెనక్కి తగ్గటం లేదు. ఇవ్వాళ ఏదో ఒకటి తేలాలనే పట్టుదల మీదున్నరు. సమయం గడిచే కొలది టెన్షన్ పెరిగిపోతుంది. జనాన్ని చూస్తే ఎంతకైనా తెగించేట్టుందనిపించింది సర్కిల్‌కు. ఆయనకు ఏం చెయ్యాలో తోచక పై అధికారులతో ఫోనులో మంతనాలు జరిపిండు.

సమయం నాల్గు గంటలు దాటింది. ఐదైతే ఆఫీసులు మూతేస్తరు. కాని జనం కదలటం లేదు. ఇక సర్కిల్ లాభం లేదనుకున్నడు. మళ్ళీ ఒకసారి ఫోనులో పోలీసు ఉన్నత అధికారులతో మాట్లాడిండు.

అప్పుడు మొదలైంది హింసకాండ. ఒకసారిగా పొజిషన్ తీసుకున్న పోలీసులు లాఠీచార్జి మొదలు పెట్టిండ్లు.

అప్పటికి ఆకలితో నకనకలాడుతూ ఆవేదనలతో అరుపులతో అలిసిపోయిన జనం మీద పోలీసులు విరుచుకపడ్డరు. లాఠీలు జనం పెయ్యిల మీద నాట్యమాడినవి. స్త్రీలు పిల్లలు, వృద్ధులు అనే తేడాలేకుండా పోయింది.

కొద్దిమంది తలలు పగిలినయి. మరి కొంతమంది చేతులు విరిగినయి. దెబ్బలకు తాళలేక మరి కొంతమంది ఊరకబోయి పడి పోయిండ్లు. వృద్ధుల, స్త్రీల, పిల్లల పరిస్థితి మరింత దారుణంగా ఉంది.

అప్పటికే పోలీసులు వెంకటేశం, మల్లేశం, రాజిరెడ్డి తదితర యువకులను ఇరుగతన్ని వ్యాన్‌లో వేసుకొని స్టేషన్‌కు తీస్కపోయిండ్లు. మరికాసేపట్లో అక్కడ ఒక్క పురుగు కూడా లేకుండా జనం పారిపోయిండ్లు.

గ్రామస్తుల నిరసన భగ్నమైంది. వాళ్ళ రోదన పోలీసు లాఠీల ముందు అరణ్య రోదనైంది.

17

ఊరంతా నిరాశ నిస్పృహలు ఆవరించాయి.

ధర్నా రోజున అరెస్టు చేసిన వారిలో కొంతమందిని అటు తరువాత వదిలేసినా ఉద్యమంలో ప్రధాన పాత్ర వహిస్తున్నారని భావించిన వెంకటేశం, మల్లేశం తదితరులపై పోలీసులు లేని కేసులు ఆపాదించి రిమాండ్‌కు పంపారు.

ఓపెన్‌కాస్టుకు వ్యతిరేకంగా ఎటువంటి ఆందోళనను సహించటానికి ప్రభుత్వం సిద్ధంగా లేదు. ఓపెన్‌కాస్టు అందోళనలు ముదిరిపోతే బొగ్గుగనులు మూసేసుకునే పరిస్థితి ఏర్పడుతుందని ఆలోచనలో ఉండిపోయింది. బొగ్గుగనుల్లో ప్రవేటీకరణ పెరిగిపోయిన తరువాత భారీ యంత్రాల సహాయంతో నడిచే ఓపెన్ కాస్టులదే బొగ్గు ఉత్పత్తిలో ప్రధాన పాత్రయింది. ఇటువంటి పరిస్థితిలో ఓపెన్‌కాస్టు వ్యతిరేక ఉద్యమం అంతిమంగా ప్రవేటీకరణకు వ్యతిరేకంగా జరిగే ఉద్యమంగా రూపాంతరం చెందుతుందని ప్రభుత్వం భావించింది.

అందువల్ల ఓపెన్‌కాస్టు వ్యతిరేక ఉద్యమాన్ని ఆదిలోనే అణిచివేయకుంటే ఏర్పడే పరిణామాల పట్ల సహజంగానే ప్రవేటు రంగానికి కొమ్ముకాసే ప్రభుత్వానికి కంటగింపుగా మారింది. జనం ఎట్లా సచ్చినా పర్వాలేదు. వీలైనంత తక్కువకాలంలో బొగ్గు సంపదను ఎక్కువగా కొల్లగొట్టాలనే దుష్టశక్తులు ఏకమై ఉద్యమాన్ని అణిచే కుట్రలో భాగస్వాములయ్యారు.

ఫలితంగా బొగ్గుగనుల పారిశ్రామిక ప్రాంతంలో నూతనంగా బొగ్గు గనులు వచ్చి ప్రాంతంలో ఓపెన్‌కాస్టు వ్యతిరేకంగా ఎటువంటి ఆందోళనలను కాని ప్రచారాన్ని కొనసాగించకుండా చర్యలు తీసుకున్నది.

ఒక ప్రణాళికాబద్ధమైన దాడికి దిగింది. శాంతిభద్రత పరిరక్షణ పేరుమీద ఓపెన్ కాస్టు ఆందోళనకారుల మీటింగ్‌లకు, ధర్నాలకు పోలీసులు ఏవేవో కారణాలు చూపి పర్మిషన్లు ఇవ్వటంలేదు.

ఉద్యమంలో చురుగ్గా పాల్గొనే వారిని గుర్తించి వాళ్ళను రకరకాలుగా వేధించారు. అక్రమ కేసుల్లో ఇరికించటం, అన్నలతో సంబంధాలు అంటగట్టి భయభ్రాంతులకు గురిచేయటం పోలీసుల నిత్యకృత్యంగా మారింది. ప్రభుత్వం చిన్న పామునైనా పెద్దకర్రతో కొట్టాలనే ముందు జాగ్రత్తతో వ్యవహరించసాగింది. దానికితోడు ప్రధాన రాజకీయ పార్టీ లేవి నిర్వాసిత గ్రామాల ప్రజల గురించి పట్టించుకోకపోవటం ఒకవేళ విమర్శలు ఎదురైనప్పుడు ప్రజల ఒత్తిడి వల్ల అడపాదడపా ఉద్యమంలో పాల్గొనాల్సి వచ్చినప్పటికి, అంటీముట్టనట్టుగా వ్యవహరించటంతో ప్రజల రోదన అరణ్య రోదనగానే మిగిలింది.

ఇటువంటి పరిస్థితిలో పెద్దంపేట గ్రామస్తుల ఆందోళన అతిగతి లేకుండా పోయింది. కాగల కార్యం గంధర్వులే నిర్వహిస్తారన్నట్టుగా సింగరేణి మేనేజుమెంటు ప్రభుత్వంపై భారం వేసి అంటి ముట్టనట్టుగా వ్యవహరిస్తుంది.

“ఇందులో మేం చేయగలిగిందేమి లేదు. ప్రభుత్వం ఎట్లా నిర్ణయం తీసుకుంటే అట్లా వ్యవహరించటమే మా పని” అంటూ ఉన్నత స్థాయి అధికారులు చెపుతున్నారు.

భూదేవికి ఈ పరిస్థితి అర్థంకాకుండా పోయింది. ఆమె ఆలోచనల్లో పడిపోయింది. జీవితం ఎట్లా మొదలై ఎట్లా పరిణమిస్తుంది. కనిపించని శక్తి ఏదో మొత్తం జీవితాన్ని నంజుక తింటున్నట్టుగా విలవిలాడింది. బతకంతా కుక్కలు చింపిన విస్తరైంది. బతకపోయిన రాజేశం ఎట్లా బాధలు పడుతున్నాడో తెలియకుండా ఉ ంది. బొంబాయిలో కొన్నిరోజులు అందిన కూలిపనులచేసి కడుపు మాడ్చుకొని సంపాదించిన పైసలతో దుబాయ్‌కి పోవాలనుకున్న రాజేశంను పంపుతానన్న ఏజెంటు మోసంతో అతని ప్రయత్నం విఫలమైంది. దారితెన్ను లేకుండా సుడిగుండంలో పడిపోయింది. దాంతో నిరాశ చెందిన రాజేశం ఇంటికి కూడా సరిగా ఉత్తరాలు రాయటంలేదు.

మల్లేశంను పట్టుకపోయిన పోలీసులు ధర్నా నిర్వహించిన కేసులు కాకుండా పాత కేసులు తిరగ తోడి జైల్లోకి తోసిండ్లు. ఎలాగైన చేసి ఓపెన్‌కాస్టు నిర్వాసితుల

ఉద్యమాన్ని భయభ్రాంతులకు గురి చేసైనా అణిచి వేయాలన్నది పోలీసుల ఉద్దేశం.

మల్లేశంను చూడటం కోసం వరంగల్ జైలుకు పోయింది భూదేవి. కొడుకును చూసేసరికి దు:ఖం ఆగలేదు. మల్లేశం మాత్రం ధైర్యంగానే ఉన్నడు.

"ఏడ్వకమ్మా, ఏడ్వకు. ఇప్పుడే ధైర్యంగా ఉండాలి. మన అందర్ని కంపినోడు బతకనియ్య దలుచుకోలేదు. చావు అణివార్యమైనప్పుడు మనకు మిగిలింది ఒక్కటే మార్గం. అదే పోరాటం" అన్నాడు.

ఆమె దు:ఖంతో మౌనం వహించింది. "ఏడ్వకమ్మ ఏదో ఒక రోజు న్యాయమే గెలుస్తుంది. ఇవ్వాళ మన ఊరేకాదు. రేపు వందలాది గ్రామాల ప్రజల పరిస్థితి కూడా మనలాగే మారిపోతుంది. ఎక్కడో ఒకచోట ప్రతిఘటన లేకుండా ఈ అన్యాయానికి అంతులేకుండా పోతుంది' అంటూ ఆమెకు ఓదార్చిండు.

ఆ క్షణంలో భూదేవికి ఎందుకో కమల గుర్తుకు వచ్చింది. కుటుంబం మొత్తం ఆగమైంది అనుకొంది. అమ్మ మనసులోని భావాలను చదివినట్టుగా మల్లేశం భారంగా నిట్టూర్చిండు. ఎవరి గురించి బాధ పడకమ్మా, పెను తుఫాను విరుచకపడింది. చెట్టుకొకరుగా పుట్టకొకరుగా విసిరివేయబడి తుఫాన్‌లో కొట్టుకపోతున్నరు. ఏ చిన్న గడ్డిపోచ దొరికిన ఈ గండం నుంచి బయటపడవచ్చని తాపత్రయ పడుతున్నరు. చావు నోరు తెరుచుకొని మన ముందు నిలుచున్నప్పుడు న్యాయ అన్యాయాలు మంచి చెడుకు స్థానం ఎక్కడ ఉంటుంది. ఎట్లాగో బతకాలనే తాపత్రయ పడటం తప్పుఒప్పుల సమస్యకాదు". అన్నాడు నిర్లిప్తంగా.

కమల గురించి వానికి అన్ని తెలుసునన్నట్టుగానే అన్పించింది భూదేవికి. తాను మాత్రం నోరు విడిచి వానికి ఏ విషయం చెప్పలేదు. మానవ సహజమైన భావావేశాలకు అతీతంగా కన్పించిండు మల్లేశం.

మంచోచెడో, వాడు నమ్మిన మార్గంలో పయనించటమే ఉత్తమైందని భావించింది. అంతకుమించి మార్గం కన్పించలేదు.

భూదేవికి మనుమడు మనసులోకి వచ్చినప్పుడు మాత్రం తీరని వ్యధ కల్గుతుంది. ఎట్లాగో తమ జీవితం ముగిసిపోతుంది కాని వాని బతుకు ఏం కావాలి అనే భావన ఆమె మదిని పిండేస్తుంది. ఎట్లా ఉండాల్సిన వాడు ఎట్లా ఉన్నాడు. సరైన తిండిలేక ఎండిపోయి, కంతలు తేలిన మనమడు మదిలోకి వచ్చినప్పుడు మాత్రం

ఎక్కడ లేని కోపం వస్తుంది, ఆ కోపంలో 'దేవుని నోట్ల మన్ను బొయ్య. మాకెందుకిన్న కష్టాలు పెట్టిండని' తిట్టి పోస్తుంది. కంపెనికి తిట్టిపోస్తుంది. ఇంత జరుగుతున్న ఏం చెయ్యలేని తమ నిస్సహాయ బతుకు మీద రోత పుట్టేది.

ధర్నాలు ఆందోళనలు ఏది కూడా పాటించకపోయేసరికి గ్రామస్తుల్లో నిరాశ నిస్పృహలు ఏర్పడినవి.

"ఇక మనం ఏం చెయ్యగలం" అనేవాళ్ళు నిస్పృహగా.

"చేయగలిగిందేమి లేదు. పోరగాళ్ళు, పెద్దోళ్ళు అందరికందరం ఇంత విషం తీసుకొని చనిపోతే బాగుండును అన్పిస్తుంది." అంది ఒక స్త్రీ తీవ్ర నిరాశలో "అంతకుమించి మార్గం కన్పిస్తలేదు". అన్నడో పెద్దమనిషి.

చేస్తామంటే పనులు లేకపోవడం నిరాశ నిస్పృహలు, ఆకలి వేదనల మధ్య ఓపెన్‌కాస్టు భారీ పేళ్ళుల చావుడప్పుల మోతల మధ్య, ఆకాశానికి వెదజిమ్మె పొగలు కాలుష్యాల మధ్య పెద్దంపేట గ్రామం మొత్తంగా చావుకళతో విలవిలలాడుతుంది.

ఈ నిరాశ నిస్పృహల మధ్య ఆకలి కేకల ఆర్తనాదాలమధ్య బలవంతపు చావుల మధ్య ఇక ఏదో ఒకటి చెయ్యాలనే ఆశ మిణుగురు పురుగులా భూదేవి మనసును తొలిచింది. ఆమె ఒక నిశ్చయానికి వచ్చింది

....

భూదేవి వాటర్ ట్యాంక్ ఎక్కింది అనే వార్త గుప్పున ఊరంత పాకింది.

"ఎక్కడ"

"కాలనీకి నీళ్ళు సప్లయి చేసే వాటర్ ట్యాంక్ కాడ"

"జీ.యం ఆఫీసు పక్కన ఉంది అదేనా"

"అక్కడికి ఎందుకు పోయిందట"

"తెల్వదు"

"తెల్సుడు కాదయ్యా బాబు, పెద్దంపేట గ్రామాన్ని కంపిని తీసుకోవాలంటూ లేకుంటే అక్కడి నుంచి దూకి చస్తానన్నదట".

"ఏంది"

"నిజమే చెప్తున్న. మనం మన ఇండ్లు తీసుకోవాలని చెయ్యగలిగిని ప్రయత్నమాల్లా చేస్తిమి. ఎటు తేలక పాయే, అటు కంపినోడు పట్టించుకోకపాయే, ఇటు ఏ పార్టీ మన గోడు పట్టించుకోకపాయే" పలికిండు రాజయ్య.

"పద, ఏమైతదో చూద్దాం పద".

గ్రామంలోని పిల్లజెల్ల ముసలి ముతక అనకుంటూ అందరు బయలుదేరిండ్లు. వీళ్ళక్కడికి పోయేసరికి కాలని జనం వాటర్‌ట్యాంక్ చూట్టు మూగిండ్లు. అప్పటికి అక్కడికి పోలీసులు వచ్చిండ్లు. ఆమెను కిందికి దించటానికి పోలీసులు ప్రయత్నం చేసిండ్లు. ఒక కానిస్టేబుల్ ఎక్కటానికి ప్రయత్నిస్తే అదిచూసి ట్యాంకు కొసకు వచ్చిన భూదేవి.

"ఒక్క అడుగు పైకి వస్తే కిందికి దూకి చస్తాను" అంది కరవుగా. దాంతో పోలీసులు ఎనక ముందాడిండ్లు. పోగయిన జనం ఎవలకి తోచింది వాళ్ళు మాట్లాడుకుంటున్నరు. ఈ మధ్య ట్యాంక్ ఎక్కి బెదిరించుడు ఫ్యాషన్ అయ్యింది. పెండ్లాం రాకున్నా ఎక్కుతాండ్లు, ప్రేమించిన వాడు పెండ్లి చేసుకోన్నడని ఎక్కుతాండ్లు".

"అవునవును ఇదో పేషన్ అయ్యింది".

"నిన్నగాక మొన్న కాంగ్రెసు జడ్పిటీసి సభ్యులు వై.యస్ జగన్‌ను ముఖ్యమంత్రిని చెయ్యకుంటే గిట్లనే ట్యాంక్ ఎక్కి దూకి చస్తమన్నరు".

"అయితేమైంది".

"ఏమైతది, అటువంటి బెదిరింపుకు ఎవరు భయపడ్తరు. ఇట్లా బెదిరించి వాళ్లంతా నిజంగా చావటానికేనా? అంత పబ్లిసిటి స్టంట్. పోలీసులు వస్తరు. ప్రభుత్వ అధికారులు వస్తరు. ఏదో మాటలు చెప్తరు. మళ్ళి దిగి వస్తరు" అంటూ గుమస్తా ఒకడు వాపోయిండు.

"ఇది అట్లా కాదయ్య, చాలా రోజులనుండి పెద్దంపేట వాసులు కంపిని ఊరిని తీసుకోవాలని డిమాండు చేస్తాండ్లు. మొన్న ధర్నా చేసి ఆఫీసును దిగ్బందనం కూడా చేసిండ్లు".

"ఆ అంత ఉత్తదే. గిటువంటివి ఎన్నో చూసిన ఏం కాదు". అన్నడు మరొకడు.

ఉదయం పదకొండు గంటలు కావస్తుంది. పైన సూర్యుడు చిటపట లాడిస్తాండు. ఎండలో చమటలు కక్కుకుంటూ జనం ఎవరికి తోచింది వాళ్ళు మాట్లాడుకుంటాండ్లు.

కంపిని అధికారులకేమి పాలు పోవటం లేదు. ఇది ఎటు తిరిగి ఎటువస్తుందోనన్న భయం పట్టుకున్నది అందుకు కారణాలు లేకపోలేదు. చాలారోజుల నుండి ఇండ్లు తీసుకోవాలనే పెద్దంపేట వాసుల ఆందోళన. చివరికి ఈ రూపం తీసుకుంటుందని వాళ్ళు ఊహించలేదు.

విషయం తెలిసి అధికారులు పై అధికారులకు రిపోర్టు చేసిండ్లు. ఆ అధికారులు ఆపై అధికారులకు రిపోర్టు చేసిండ్లు.

జీ.యం తలపట్టుక కూచున్నడు. అనుకోనిది ఏదన్నా జరిగితే అది తన పరిధిలోని వస్తుంది కాబట్టి తన మెడకు చుట్టుకుంటుందని' ఆయన బెంగ ఆయనది.

గ్రామస్తుల ఆందోళన గురించి ఆయన పై అధికారులకు రిపోర్టు చేసిండు కాని వాళ్ళనుండి ఎటువంటి పరిష్కారం రాలేదు.

"వాళ్లకేం వాళ్ళు బాగానే ఉంటారు. ఫీల్డ్‌మీద ఉండే కింది వాళ్ళకే అన్ని బాధలు. మింగుమంటె కప్పకు కోపం మింగకుంటె పాముకు కోపం'. ఆయన ఈ విషయమై అప్పుడే ప్రభుత్వ అధికారులకు, పోలీసులకు తెలియపర్చిండు.

"ఓ భూదేవక్క కిందికి దిగవే. సచ్చేమి సాదిస్తం. బతికి ఉండి కోట్లాడాలే" రామమల్లక్క దు:ఖంతో అరిచింది.

భూదేవి ట్యాంక్ మీద నిలబడింది. గాలికి ఆమె చీరకొంగు రెపరెపలాడుతుంది.

రామమల్లక్క మాటల భూదేవి బదులిచ్చింది.

"బతుకా, ఎక్కడుంది. ఏం చూసుకుని బతకాలి. ఎవన్ని బతకనిచ్చిండ్లు. రోజు రోజు సచ్చె బదులు ఇవ్వాలే ఏదో ఒకటి తేలకుంటే ఇక్కడే ఇప్పుడే ఇక్కడి నుంచి దూకి చస్తా". అంది ధృడంగా.

"ముసల్దాని మొఖం చూస్తే అన్నంత పని చేసేటట్టున్నది" అన్నాడెవడో .

"నానమ్మ దిగిరావే" శీను భయంతో బిక్కసచ్చిపోయి అరిచిండు.

"ఎట్లయితే అట్లయితది. ఉన్నదో లేనిదో తిని బతుకుతం రా అత్త" రాజమ్మ దు:ఖం ఆగక పెద్దగా ఏడ్వసాగింది.

"ఎవలు ఏడ్వవద్దు. ఎన్నాల్లు ఏడుస్తం. ఎన్ని రోజులిట్లా రోజుకో చావుచస్తం.. దీనికంటే ఒక్కసారి చావటమే మేలు. నా చావన్నా వీళ్ళకు కన్ను తెరిపించాలి".

చేతి మైకులో సర్కిల్ బుదరకిచ్చినట్టు మాట్లాడుతాండు.

“భూదేవి కిందికి దిగిరా. ఏదన్న విషయం ఉంటే దిగినంక మాట్లాడుకుందాం. ఇంకొద్ది సేపట్లో ఆర్డివోగారు వస్తున్నరు. ఆయన నీ సమస్యలు తీరుస్తరు”.

“ఎవరోస్తరో రానియ్, మావూరు తీసుకుంటామని స్పష్టంగా హామి ఇవ్వాలి” అంది పెద్దగా గొంతు చించుకొని. “ఇప్పుడే ఇక్కడే ఈ క్షణంలో తేల్చాలి” అంది పెద్దగా.

“భూదేవి ఇప్పుడప్పుడే తేలె విషయం కాదు. ముందు నువ్వు దిగిరా అటు తరువాత మాట్లాడుకుందాం. మీ తరుపున నేను వస్తా, ఇంకా అధికారులు వస్తరు. వాళ్ళు కూడా మాట్లాడుతరు” సర్కిల్.

“మీ మాయ మాటలు విని విని మా చెవులు తూట్లు పడ్డయి. మా భూములు తీసుకున్నప్పుడు గిట్లనే మాయమాటలు చెప్పిండ్లు. మా భూములు గుంజుకున్నంక మా మొఖం ఎవరు చూడలె. మేము ఎట్లా బతుకుతానమో ఎవరు పట్టించుకోలే. భూములుపోయి, బతుకుపోయి మేము ఎట్లా అరిగోస పడ్డామో ఎవరు పట్టించుకోలే. ఆకలికి ఆగలేక మాడి మాడి సచ్చిండ్లు. పుట్ట పిత్తులా పోరగాండ్లు కండ్లముందే ఎగిరి పోతంటే, గుండెలు అవిసిపోయేలా ఏడిస్తే ఎవరు పట్టించుకోలే. ఈ కష్టాలు పడలేక పోరగాండ్ల ఆకలిచావులు చూడలేక నల్లురికి పెట్టే చేతులతోనే ఉరి తాళ్ళు పేనుకొని తనవు చాలించింద్రు. పాపం ఎవరిది. మేం ఏం పాపం చేసినమని మమ్ముల్ని రోజు ఇట్లా చంపుకతింటాండ్లు. ఇంకా ఎంత మంది చావాలి”. భూదేవి పిచ్చిదానిలా అరుస్తుంది.

“నాన్నమ్మ దిగిరావే” శ్రీను ఏడుస్తూ బిగ్గరగా అరిచిండు.

“వాన్ని నాకండ్ల ముందు నుండి తీస్కపోండ్లి. వాడు నాకండ్ల ముందు కన్పిస్తే నా ప్రాణం అవిసి పోతది. ఈ భూమ్మీద నా మనుమడు బతకాలనే నా ఆశంతా. అందుకోసమే నా తండ్లాట” ఆమె ఏడుస్తుంది.

దుమ్ములేపుకుంటు ఆగమేఘాల మీద జీబులు వచ్చినవి. జీబులో నుండి దిగిన ఆర్డివో కాడికి సర్కిల్ పరుగున పోయి విషయమంతా వివరించిండు.

ఆర్డివో సర్కిల్ దగ్గరున్న హాండ్‌మైక్ తీసుకున్నడు. “ఏం పేరు ఆమెది” అంటూ మొఖం పక్కకు తిప్పి సర్కిల్‌ను అడిగిండు. అతను చెప్పాడు.

ఆర్డీవో ఆకాశం కేసి మొఖం పెట్టి "భూదేవి ఇట్లా ఆత్మహత్య ప్రయత్నం చేయటం నేరం. నీకేదైనా సమస్య ఉంటే నేను మాట్లాడుతా నువ్వు ముందుకు కిందికి దిగిరా"

భూదేవి టాంకు అంచున నిలబడి ఆర్డీవో మాటలు విన్నది.

"ఏందయ్యా ఎందుకొచ్చినవు. మేం సచ్చినమో బతికినమో చూడటానికి వచ్చినవా. అయ్యా ఆ రోజు మా భూములు తీస్కున్నప్పుడు ఏం చెప్పిండ్లు. భూములతో పాటు మా ఊరు కూడా తీసుకుంటామని చెప్పలేదా! ఆ మాటలు ఏమైనవి? భూమిపోయి బతుకు పోయి మేం ఇన్నేండ్లు ఎట్లా బతికినమో చూడరైతిరి. ఇవ్వాళ వచ్చి మళ్ళీ అదే మాటలు చెప్పబడ్తిరి. ఈ మాటలు ఎట్లా నమ్మేది".

"భూదేవి అయ్యిందేదో అయ్యింది. ఈసారి అట్లాకాదు. మీ డిమాండ్లను గవర్నమెంటుకు పంపిస్తా. తొందర్లో మీ సమస్య పరిష్కారం అయ్యేట్టు చూస్తా, నా మాట నమ్ము".

"మీ అధికారుల మాటలు నమ్మి నమ్మి మోసపోయినం. ఇక మీ మాటల మీద నమ్మకం పోయింది. ఏదో ఒక్కటి ఇప్పుడే తేలాలి. లేకుంటే ఇక్కడి నుండి దూకిచస్తా".

"తొందరపడద్దు భూదేవి ఇసారి అట్లా జరుగదు. మీ సమస్యలు పరిష్కరిస్తాం మీ వెంట నేనుంటా".

"చాలు చాలు మీ మాయ మాటలు చాలు మీ మాటలు ఒక బూటకం. మీ వాగ్దానాలు బూటకం. మీ ప్రభుత్వం ఒక బూటకం".

"అంత నిరాశ వద్దు భూదేవి"

"నిరాశతో చావాలనుకోవటంలేదు. నా చావు నిర్వాసితులయ్యే వాళ్ళ కండ్లు తెరిపించాలి. కంపినోడు చెప్పే మాటలకు మోసపోవద్దు. మీ భూములు ఇవ్వవద్దు. మీ బతుకు నాశనం చేసుకోవద్దని చెప్పటం కోసమే నా చావు. "వీళ్ళ అభివృద్ధి కోసం, వీళ్ళ లాభాల కోసం మనల్ని బలపశువుల్ని చేసే దుర్మార్గానికి వ్యతిరేకంగా కొట్లాడండి, మీ భూమిని మీరు కాపాడుకోండ్లి. లేకుంటే మనకు బతుకు లేదు. భూమి లేని బతుకు తల్లిని విడిచిన పసిపోరని బతుకైతది. మనల్ని ఏండ్లకు ఏండ్లుగా సాదుకుంటూ వచ్చిన ఈ భూమిని రేపటి మీ పిల్లల కోసం కాపాడుకోండ్లి" అంటూ రెండు చేతులు జోడించి మళ్ళి పిచ్చి పట్టిన దానిలాగ అరవసాగింది.

"ఓ సమస్త జనులారా! నేను భూదేవిని మాట్లాడుతున్న. మట్టిలో పుట్టి మట్టిలో బతికిన భూదేవిని మాట్లాడుతున్న. మన మట్టి మనకుకావాలి. మన చెట్టు మనకు కావాలి. మన పిట్ట, వాగువంక చెట్టు చీమమనకు కావాలి. అవి లేకుండా మన బతుకు లేదు, మన పిల్లల బతుకు లేదు. రేపటి మన బతుకు కోసమే నేను ఇవ్వాళ చనిపోతున్నా. నా చావు మీకొక గుణపాఠం కావాలి. నా చావు మీ పిరికితనాన్ని పోగొట్టాలి. నా చావు మనకు బతుకులేకుండా చేసే దొంగల చావులకు నాంది పలకాలి. అప్పుడే నా ఆత్మకు శాంతి నేను మీకోసమే చనిపోతున్న" భూదేవి జనాలకేసి మొక్కింది.

"ఏయ్ భూదేవి ఏంచేస్తున్నావు"

"వద్దు వద్దు"

ఏడ్పులు, అరుపులు.

"నానమ్మ వద్దు"

"అత్తమ్మ వద్దు"

ఎత్తయిన వాటర్ట్యాంక్ అంచునుండి ఒక ఆశ నేల కూలింది. ఒక ఆరాటానికి విముక్తి లభించింది. భూమికోసం తపించిన భూదేవి, ఈ దుర్మార్గాలను అపహాస్యం చేస్తూ నేలకూలింది.

బొగ్గు మట్టి కొట్టుక పోయిన నల్లటి నేలలో భూదేవి ఎర్రటి రక్తం చిందింది.

భూతల్లి ఒడిలో విత్తనాలై లేవటానికి ఒక మట్టి బిడ్డ చిందించిన రక్తం రేపటి వసంతానికి మొలకలై వికసించటానికి రాలిపోయింది.

* * *

www.ingramcontent.com/pod-product-compliance
Lightning Source LLC
LaVergne TN
LVHW091958210825
819277LV00035B/374
* 9 7 8 9 3 9 2 9 6 8 3 9 6 *